லோகி

நினைவுகள் - மதிப்பீடுகள்

ஜெயமோகன்

பிறந்தது 1962, ஏப்ரல் 22ல். பள்ளி நாள்களில் ரத்னபாலா என்கிற சிறுவர் இதழில் முதல் கதையை எழுதினார். 1987ல் கணையாழியில் எழுதிய 'நதி' சிறுகதை பரவலாகக் கவனம் பெற்றது. 1988ல் எழுதப்பட்ட 'ரப்பர்' நாவல் அகிலன் நினைவுப் போட்டியின் பரிசைப் பெற்றது. இது தவிர கதா விருதும் சம்ஸ்கிருதி சம்மான் தேசிய விருதும் பெற்றுள்ளார். இவர் எழுதிய விஷ்ணுபுரம் தமிழ் இலக்கிய உலகில் பெரிய கவனத்தைப் பெற்றதோடு விவாதத்தையும் ஏற்படுத்தியது. இவரது படைப்புகள் தொடர்ந்து தமிழ் இலக்கிய உலகில் அதிர்வலைகளையும் புதிய சாத்தியங்களையும் ஏற்படுத்திய வண்ணம் உள்ளன. தமிழ் மற்றும் மலையாளத் திரைப்படத் துறைகளிலும் இவரது பங்களிப்பு தொடர்கிறது.

லோகி

நினைவுகள் - மதிப்பீடுகள்

ஜெயமோகன்

லோகி: நினைவுகள் - மதிப்பீடுகள்
Lohi: Ninaivugal - Mathippeedugal
by Jeyamohan ©

First Edition: December 2009
Kizhakku First Edition: October 2015
120 Pages
Printed in India.

ISBN: 978-93-84149-28-4
Title No: Kizhakku 850

Kizhakku Pathippagam
177/103, First Floor,
Ambal's Building, Lloyds Road
Royapettah, Chennai 600 014.
Ph: +91-44-4200-9603

Email : support@nhm.in
Website : www.nhm.in

Author's Email: jeyamohan.writer@gmail.com

Printed in India by Repro Knowledgecast Limited, Thane

Kizhakku Pathippagam is an imprint of New Horizon Media Private Limited

பிரியத்திற்குரிய நண்பர்
பிரமோத் நினைவுக்கு

உள்ளே

என்றும் இனிய முகம்...	/	9
நண்பரின் நல்லாசிரியனின் நினைவில்	/	11
லோஹி ஏட்டன் - ஷாஜி	/	14
1. கதையின் காணப்படாத பக்கங்கள்	/	19
2. லோகிததாஸ் நினைவு		
காதலன்	/	24
கலைஞன்	/	30
ரசிகன்	/	36
தனியன்	/	42
3. உப்பிட்ட வாழ்க்கைகள்: லோகிததாஸின் திரைக்கதைகள்		
முள்முடி	/	56
சுக்கான்	/	63
பூதக்கண்ணாடி	/	76
கருணை	/	88
4. நீண்ட உரையாடல்	/	101
5. லோகிததாஸ்: வாழ்க்கைக்குறிப்பு	/	116

என்றும் இனிய முகம்...

மறைந்தபின் நம் நெஞ்சில் மேலும் வளரும் முகங்கள் சில உண்டு. லோகி அத்தகையவர். அவர் மறைந்தபின் இந்நாள்வரை ஒரு முறையேனும் அவர் பெயரைச் சொல்லாமல், நினைக்காமல் நாள் ஒன்று கடந்து சென்றதில்லை. ஏ.கே.லோஹிததாஸ் என்னும் பெயரை எந்தத் தொலைக்காட்சியில் கண்டாலும் நெஞ்சு அதிர்கிறது.

இத்தனைதூரம் அவர் என்னை ஆழமாக அணைத்திருக்கிறார் என லோகி அறிந்திருந்தாரா, நான் அதை அவரிடம் சொல்லியிருந்தேனா என்றே ஐயமாக இருக்கிறது. மலையாளிகளுக்கு அன்பை வெளிப் படுத்துவதில் ஒரு கூச்சம் உண்டு. லோகி அவ்வகையில் என் அண்ணனைப்போல. அண்ணனின் பார்வையும் ஆழ்ந்த குரலும்கூட அப்படியே அவருக்கிருந்தது.

என் சினிமா வாழ்க்கை தொடங்கி பத்தாண்டுகளாகின்றன. 2004 நவம்பரில் லோகி எனக்குத் தந்த 20,000 ரூபாய்தான் சினிமாவில் நான் பெற்ற முதல் பணம். இன்றுவரை என் வங்கி கணக்கு குறைந்ததில்லை. அன்புடனும் கனிவுடனும் அவர் தந்தது ஒரு விஷுக் கைநீட்டம், ஓர் ஆசி என்று தோன்றுகிறது.

அன்று எனக்கு அலுவலகப் பணிச்சுமை கூடிக்கொண்டே இருந்தது. ஆனாலும் சினிமாவா என்று தயங்கினேன். லோகி என் தோளில் தட்டி ''சினிமாவில் நீ அடையும் சுதந்திரத்தை, செல்வத்தை, மரியாதையை வேறெங்கும் அடையமுடியாது. சினிமா உன்னை மேலும் பலமடங்கு எழுதவைக்கும். உன் அலுவலகம், உன் உறவினர் எவருமே நீ கலைஞன் என்று புரிந்துகொள்ளமாட்டார்கள். சினிமாவில் டீ கொண்டு வந்து தரும் பையனுக்குக்கூட அது தெரிந்திருப்பதை உணர்வாய். அவன் புன்னகையில் நீ எழுத்தாளன் என்னும் அங்கீகாரம் இருக்கும்,'' என்றார்.

''ஏனென்றால் கலைமேல் கொண்ட தாகத்தால் மட்டுமே வந்து கூடிய ஒரு நாடோடிக்கூட்டம் இது. எழுத்தாளன் இருக்கவேண்டிய இடம் இது,'' என்றார் லோகி. ''வெற்று அரசியல்கூட்டம் இலக்கியம் இலக்கியம் என்று கூச்சலிடும். ஆனால் அவர்கள் இலக்கியவாதியை அடக்கி ஆள நினைப்பவர்கள். மிகச்சாதாரண வணிகசினிமா எடுப்பவர் கள்கூட அவர்களை விடப் பலமடங்கு இலக்கிய ஆர்வம் கொண்டவர் கள். எழுத்தாளனை அறிந்தவர்கள்.''

இன்று அதன் ஒவ்வொரு எழுத்தும் உண்மை என உணர்கிறேன். என்னை இன்று ஓர் எழுத்தாளனாக வாழவைப்பது, இத்தனை எழுதச் செய்வது சினிமா. அது அளித்த பொருளியல்விடுதலை. அது அளிக்கும் நேரம். இது இல்லாவிட்டால் இன்று அலுவலகத்தில் நாளில் பத்து மணிநேரத்தை வெறும் எண்களுடன் செலவிட்டுச் சோர்ந்திருப்பேன். பணத்தைக் கணக்கிட்டுக் கணக்கிட்டு உள்ளம் வெளிறிப் போயிருப் பேன். லோகி என் வாழ்வின் மிகமுக்கியமான கட்டத்தில் என்னை ஆற்றுப்படுத்திய தேவன்.

ஒவ்வொரு தருணத்தையும் முன்னரே கண்டிருந்தார் லோகி. நான் மேலும் பயணம் செய்யமுடியும் என்றார். நான் என்னை மறந்து எழுத முடியும் என்றார். ''உனக்கு மனத்தூண்டுதல் வந்தால் எதையும் யோசிக் காமல் எழுத அமர முடியும்,'' என்றார். அவரது ஆழ்ந்த குரலை இன்று நினைவுறும்போது இத்தனை ஆண்டுகளுக்குப்பின்னரும் நெஞ்சு நெகிழ்கிறது.

என் தமையனுக்கு, நீத்தார் உலகில் தெய்வமென அமர்ந்த என் தேவனுக்கு, இவ்வெளிய நூல். இதை முதலில் வெளியிட்ட மனுஷ்யபுத்திரனுக்கு என் அன்பு. மீண்டும் வெளியிடும் கிழக்கு பதிப்பகத்துக்கு நன்றி.

ஜெயமோகன்
அக்டோபர் 2015

நண்பரின் நல்லாசிரியனின் நினைவில்...

'நண்பனாய் நல்லாசிரியனாய்' என்ற பாரதி வரியை அடிக்கடி நினைவு கூர்வதுண்டு. நண்பன் என்பவன் இயல்பிலேயே நல்லாசிரியனும் கூடத்தான். நமக்கு கற்பிக்காத, நம்மை வழிநடத்தாத, நல்ல நண்பர்கள் உண்டா என்ன?

2003இல் லோகியின் தொடர்பு எனக்கு வாய்த்தது. 2009இல் அவரது மரணத்துடன் அது முடிவுக்கு வந்தது. ஏறத்தாழ ஆறு வருடங்கள். மிகமிகக் குறுகிய காலம். எனது பல நண்பர்களுடனான நட்பு இருபது வருடங்களுக்கும் மேலாக நீள்கிறது எனும்போது இது துயரமூட்டும் அளவுக்குக் குறைவு.

ஆனால் இந்த இடைவெளியில் நான் லோகியைப் பற்றி எல்லா உரையாடல்களிலும் குறிப்பிட்டிருக்கிறேன். மீண்டும் மீண்டும் பேசியிருக்கிறேன். அதை இப்போது திரும்பிப் பார்க்கும்போது அவர் என்மீது மிக அழுத்தமான செல்வாக்கைச் செலுத்தியிருப்பதை உணர முடிகிறது.

லோகியின் படைப்பூக்கம் என்பதைவிட அவரது ஆளுமையே அதற்குக் காரணம் என்று படுகிறது. எளிமையான நேரடியான மனிதர். கனிவையே தன்னியல்பாகக் கொண்டவர். விசித்திரமான ஒரு பெண்மைச் சாயல் அவரது எல்லா செயல்பாடுகளிலும் இருந்தது. அந்த மென்மையை அவருக்கு அளித்திருக்கலாம்.

இப்போது யோசித்துப் பார்க்கும்போது என் பிரியத்திற்குரிய நண்பரிடம் இன்னும் கொஞ்சம் நெருக்கமாக இருந்திருக்கலாமோ, இன்னும் கொஞ்சம் சண்டை பிடிக்காமல் இருந்திருக்கலாமோ என்ற

எண்ணம் ஏற்படுகிறது. அவருடன் அரை மணி நேரம் உரையாடினால் உடனே பேச்சு விவாதமாகி, விவாதம் சண்டையாகி 'லோகிக்கு ஒரு மண்ணும் தெரியாது' என்று நானும் 'ஜெயமோகன் ஒரு வறட்டுப் பிடிவாதக்காரன்' என்று அவரும் கூறி சண்டைகளை நிறுத்திக் கொள்வோம். பதினைந்து நிமிடத்தில் லோகி எதையாவது சாப்பிடக் கொடுப்பார். மீண்டும் சிரிப்பு, மீண்டும் பேச்சு...

ஆனால் ஒரு நண்பரிடமில்லாமல் வேறு யாரிடம் நாம் மனம் திறந்து பழக முடியும்? வேறு யாரிடம் சண்டை போட முடியும்? எல்லா இனிய உறவுகளிடமும் ஓயாமல் சண்டைதானே போட்டுக் கொண்டிருக் கிறோம். மரங்கொத்தி போல அவர்களைக் கொத்திக் கொத்தி நமக்கான இடத்தை வெட்டி எடுத்துக்கொள்ள முயல்கிறோமா என்ன?

லோகியுடனான சந்திப்பு நிகழ்ந்த அதே காலகட்டத்தில்தான் அவர் மூலமாக ஷாஜி அறிமுகமானார். அவரது உணர்ச்சிக் கொந்தளிப்பு களும் பிடிவாதமான நாத்திகமும் நகைச்சுவையும் இன்று என் வாழ்க்கையின் ஒரு பகுதி. இந்த நூலுக்கு அவரது முன்னுரை இயல்பான பொருத்தம்.

அப்போது, லோகி வழியாக அறிமுகமான இன்னொரு நண்பர் மீரா கதிரவன். லோகி அவரை தன் மகனைப்போல எண்ணி உடன் வைத்திருந்து சினிமாவைச் சொல்லித்தந்தார். மீரா கதிரவன் இப்போது 'என் பெயர் தமிழரசி' என்ற படத்தின் இயக்குநர்.

எங்களுக்கும் பொதுவாக அந்த நாட்களில் அறிமுகமான நண்பர் பிரமோத். லோகியின் மனைவி வழி உறவினர். சென்னையில் பிறந்து வளர்ந்தமையால் நன்றாக தமிழ் பேசுவார். குருவாயூர் அருகே அவரது வீடு. பிரமோத் நடிகனாகும் ஆசை உள்ளூர எரிய வாழ்ந்தார். லோகியின் ஐந்து படங்களில் உதவியாளராக இருந்தார். கடைசியாக தமிழ் கஸ்தூரிமான். இசை ரசிகரும் பாடகரும் இளையராஜாவின் விசிறியுமான பிரமோத் கஸ்தூரிமான் படப்பிடிப்பு நாட்களில் என்கூடவே இருந்தார்.

மலையாள கஸ்தூரிமான் படப்பிடிப்பின்போது சேறுமிதித்து கொக்கிப் புழு பாதிப்பு ஏற்பட்டது. உள்ளூர் மருத்துவர் ஒருவர் அதிகப்படியான மாத்திரைகள் எழுதிக்கொடுத்தார். அவை பிரமோத்தின் சிறுநீரகங்களை செயலிழக்கச் செய்தன. என்னை முதன் முதலில் சந்தித்துவிட்டு மதுரைக்கு சுபகுணராஜனைச் சந்திக்க பஸ்ஸில் போகும்போதுதான் முதன்முதலாக அந்த பாதிப்பு தெரியவந்தது.

இரண்டு வருடங்களில் பிரமோத் மறைந்தார். பரிதாபகரமான மரணம். சிறுநீரகம் செயலிழக்க அதற்கு தொடர் மருத்துவம் செய்தார்.

திரைப்படத்தில் நடிக்கும் ஆசையுடன் தன் சேமிப்புகளைத் தொகுத்து கொஞ்சம் சொத்துகளை வாங்கி மனைவிக்கு அளித்துவிட்டு தன்னை சுதந்திரமாக்கிக் கொண்டவர் பிரமோத். நோயுற்று பணச் செலவுகள் ஏற்பட்டபோது அந்தச் சொத்துகளை கரைத்தழித்துவிட்டு மனைவி யையும் மகளையும் அனாதையாக விட்டுவிட்டுச் செல்ல தனக்கு உரிமையில்லை என்று உணர்ந்தார். எனவே கடைசிக் காலத்தில் சிகிச்சைகளை முழுமையாக நிறுத்திக்கொண்டார். ஒரு மாதத்தில் இறந்தார்.

லோகியின் நான்கு படங்களிலும் சிறு வேடங்களில் நடித்திருக்கிறார் பிரமோத். நான் கடவுள் படத்தின் நாயர் வேடம் அவருக்காகவே எழுதப்பட்டது. அவர் நடிக்க முடியவில்லை. இந்தப் படங்களில் அவரைப் பார்க்கும்போது அவரது நட்பார்ந்த சிரிப்பு மனதைக் கலக்குகிறது. சினிமா சில காட்சிகள் மட்டும்தான் என்றாலும் அவரை காலத்தில் அழியாமல் நிறுத்திவிட்டது.

லோகியின் நினைவு அலையலையாக நினைவுகளை உருவாக்குகிறது. முரளியின் முகம் வந்து செல்கிறது. எத்தனை மகத்தான நடிகர். எத்தனை குரல்கள் எத்தனை இடங்கள். அத்தனை நினைவுகளுக்கும் குறியீடாக இந்தச் சிறுநூல் பிரமோத்துக்குக் காணிக்கை.

அன்புடன்

ஜெயமோகன்

லோஹி ஏட்டன்

ஷாஜி

சில வருடங்களுக்கு முன்பு, சென்னையின் ஒரு புழுக்கமான பிற்பகல் நேரத்தில் நான் மிகவும் மதிக்கின்ற திரை எழுத்தாளர் லோஹித தாஸை முதல் முதலில் சந்திப்பதற்காக ஓர் ஓட்டல் அறைக்கு வெளியே நின்றிருந்தேன். கேசவேட்டன் என்கிற அவருடைய நெருங்கிய நண்பர் என்னை அங்கு அழைத்துச் சென்றிருந்தார்நு. கதவு திறப்பதற்காக நாங்கள் காத்திருக்கையில் நான் கிளர்ச்சியுற்றும் கொஞ்சம் படபடப் பாகவும் இருந்தேன். மலையாளத் திரை எழுத்தின் மிகப்பெரிய நட்சத்திரமான லோஹித தாஸை நான் சந்திக்கப் போகிறேன்!

'உள்ளே வாருங்கள்!' உள்ளார்ந்த அன்போடுதான் அவர் எங்களை வரவேற்றார் எனப்பட்டது. ஒரு நட்சத்திர திரைக்கதாசிரியர் என்ற தோரணை அவரிடம் கொஞ்சமும் தெரியவில்லை! அற்புதமான கலைநுட்பம், வர்த்தக ரீதியான பெரும் வெற்றிகள், படைப்புகளின் எண்ணிக்கை ஆகியவற்றை எல்லாம், மலையாளத் திரையுலகம் இதுவரை கண்டிராத வகையில் ஒருசேரப் பெற்றிருந்த அந்த மகத்தான எழுத்தாளர் சிறு புன்னகையுடன் அங்கே நின்றிருந்தார்!

கேசவேட்டன் என்னை அவரிடம் அறிமுகம் செய்துவைக்க, அவர் என் கைகளை அழுத்தமாகப் பற்றிக் குலுக்கினார். என் தோளின்மீது இயல்பாக அவர் கையைப் போட்டு சேர்த்துக்கொள்ள, நான் இலகு வாகினேன். அவர் உடனடியாக தனது மென்மையான அடிக்குரலில் என்னுடன் பேசத் தொடங்கினார். அவரது கதைகளின் பல்வேறு சம்பவங்களும் கதாபாத்திரங்களும் என் மனதில் ஓடிக்கொண்டிருந்தன.

அவற்றில் பல என்னை ஆழமான துயரத்துக்கு உள்ளாக்கியிருக் கின்றன, அழச் செய்திருக்கின்றன. ஏனென்றால் அவற்றில் நான்

முதல் பதிப்பின் அணிந்துரை

என்னையே கண்டிருக்கிறேன்! அதிதமான உணர்ச்சி மேலீட்டால் நெடுநேரத்திற்கு என்னால் ஒரு வார்த்தைகூட பேச முடியவில்லை.

குறுகிய காலத்தில் லோஹியேட்டன் எனது குடும்ப நண்பராகவும் நலம் விரும்பியாகவும் ஆனார். எனக்கொரு மகள் வந்தபோது முதலில் என் வீட்டிற்கு வந்து என்னை பாராட்டியவர் அவர். என் மகளை அவர் முத்தமிட்டு வாழ்த்தினார். அவளின் வருகை என்னை முற்றிலுமாக மாற்றியமைத்தது என்று அவர் சொன்னார். தனது பல நெருங்கிய நண்பர்களை எனக்கு அறிமுகம் செய்தார். ஜெயமோகனுக்கும் எனக்குமான நட்பு லோஹியேட்டன் வழியாகத் தான் உருவானது.

எத்தனையோ சந்திப்புகள், உரையாடல்கள். சூரியனுக்கு கீழே இருக்கும் எல்லாவற்றையும் பற்றி எத்தனையோ பகலிரவுகள் முடிவில்லாமல் நாங்கள் விவாதித்திருக்கிறோம்.

ஒருமுறை காஞ்சிபுரத்திற்கருகே பண்ணை வீடு ஒன்றில் நாங்கள் இருவரும் சில நாட்கள் தங்கியிருந்தோம். எங்களை அழைத்திருந்த நண்பர் தங்கபாண்டியனின் விருந்தோம்பலில் சம்பிரமமான உணவு களுக்கும், அளவேயற்ற மதுவரத்துகளுக்கும் இடையே திரைப்படங் களையும் இசையையும் இலக்கியத்தையும் மனித உறவுகளையும், எல்லாம் நாங்கள் விவாதித்துக் கொண்டிருந்தோம். லோஹியேட்டன் அதிகம் குடிப்பவரல்ல. ஆனால் அதிகமாக புகைப்பார். திருப்தியாக சாப்பிடுவார். ஆட்டுக்கறி பிரியர். அவருக்கு மிகவும் பிடித்தமானது கேரள ஆட்டுக்கறி வறுவல். அந்தப் பண்ணையின் சமையலறை யிலிருந்து வகைவகையான ஆட்டிறைச்சி, மீன், கோழி, பிரியாணி வகைகள் வெள்ளமாகப் பெருகிவர, அவற்றை அவர் ஆர்வத்தோடு காலி செய்துகொண்டிருந்தார்.

இசை ரசனையில் நாங்களிருவரும் பெரிதும் மாறுபட்டோம். அவர் இசையமைப்பாளர் தேவராஜனை வெகுவாக ரசிப்பார். நான் அவரை சிறந்த இசையமைப்பாளராக எப்போதுமே கருதியதில்லை. மலையாளத் திரை இசையில் என் விருப்பத்திற்குரிய பாபுராஜுக்கோ, சலில் செளத்ரிக்கோ லோஹியேட்டனிடம் இடமில்லை. அதற்கான அவரது காரணங்களை ஜெயமோகனின் 'லோஹி' புத்தகத்தில் நீங்கள் கண்டடையலாம்.

இது குறித்து எங்களிடையே பெரும் விவாதங்கள் ஏற்பட்டதுண்டு. எனது அதிரடி விமரிசனங்களால் கோபமான மனநிலைக்கு அவர் நகர்கிறார் என்று தெரியும்போது அவரது படங்களுக்கு பேச்சை மாற்றி விடுவேன். இது அவருடைய கோபத்தை சரிசெய்து சந்தோஷப்படுத்தி விடுமென்பது எனக்குத் தெரியும். லோஹியேட்டனுக்கு அவருடைய

படைப்புகள், பாத்திரங்கள், காட்சிகள் பற்றி நுட்பமாக பகுப்பாய்வு செய்வது மிகவும் பிடிக்கும்.

அவர் முதன்முறையாக எழுதிய திரைக்கதைக்கான பெயரே சுவாரஸ்ய மானது. 'எழுதாப்புறங்கள்' எழுத்துக்களுக்காக காத்திருக்கும் வெற்றுத் தாள்கள்! பின்னர் மலையாள சினிமாவின் எண்ணற்ற வெற்றுத் தாள்களை தன் அற்புதமான கதைகளால் நிரப்பியவர் அவர்.

முதலில் வெளியான அவரது படம் தனியாவர்த்தனம். இப்படத்தைப் பற்றி கமல்ஹாஸன் சமீபத்தில் பேசும்போது, அதனை இன்றும்கூட தமிழில் படமாக்க தான் விரும்புவதாக கூறியிருந்தார். இந்தத் திரைப் படம்தான் அவரை மலையாளத் திரையுலகின் மிகப் பிரபலமான திரைக் கதையாசிரியராக ஸ்தாபித்தது. லோஹியேட்டனின் படங்கள் மலை யாளத்தில் கலைப்படங்களுக்கும் வர்த்தகப் படங்களுக்கும் இடையே யுள்ள தடுப்புகளை மிக எளிதாக அழித்துவிட்டன.

லோஹியேட்டனின் பெரும்பாலான பாத்திரங்கள் கேரளாவின் கிராம வாழ்க்கையிலிருந்து வருபவை. அவை ஒவ்வொருநாளும் அந்த கிராமத்து சந்துகளில் நாம் சந்திக்கின்ற மனிதர்கள்தாம். ஒரு தையல் காரன், ஒரு டீக்கடைக்காரன், ஓய்வு பெற்ற ராணுவத்தினன், மின்வாரிய லைன்மேன், கைரேகை பார்ப்பவன், ஒரு முதிர்கன்னி, கிராமத்து விபச்சாரப்பெண், வேலையற்ற இளைஞர்கள், இரக்கமேயில்லாத வட்டிக்காரர்கள்... அவரது பாத்திரங்களும் கதைகளும் சாதாரண வாழ்விலிருந்து நேரடியாக எடுக்கப்பட்டவை.

அவரும் மலையாள சினிமாவின் மிக அதிகமாக ஊதியம் பெறும் எழுத்தாளராக ஆனபின்பும் கூட அத்தகைய ஒரு சாதாரண வாழ்க்கை யையே வாழ விரும்பினார். பல சொகுசுக்கார்களும் வீடுகளும் அவருக் காக காத்திருக்க, லோஹியேட்டனுக்கு சாதாரண மக்களோடு உள்ளூர் பஸ்களில் பயணம் செய்வதிலும், தெருவோர உணவுக்கடைகளில் சாப்பிடுவதிலும், சாதாரண விடுதிகளில் தங்குவதிலும்தான் விருப்பம் இருந்தது. அவரது கிராமத்தில் மற்ற கிராமவாசிகள் மத்தியில் அவர் களோடு ஒருவராக உட்கார்ந்திருப்பதையும், கிராமத்துத் திருவிழாக் களிலும் பூரங்களிலும் அலைந்து கொண்டிருப்பதையும், மிக எளிய மனிதர்களின் வீட்டு விசேஷங்களில் மிகுந்த ஆர்வத்துடன் கலந்து கொள்வதையும் சாதாரணமாகப் பார்த்திருக்கலாம்.

காருண்யம், கன்மதம், வீண்டும் சில வீட்டுக்காரியங்கள், அரயன்னங் நளுடை வீடு, தூவல் கொட்டாரம், சல்லாபம், ஜோக்கர், சூத்ரதாரன், கஸ்தூரிமான், ஜாதகம், தசரதம், முத்ரா, ஹிஸ் ஹைனஸ் அப்துல்லா, பரதம், அமரம், கமலதளம், கௌரவர், வெங்கலம், செங்கோல், வாத்ஸல்யம், பாதேயம், சாகரம் சாட்சி போன்ற படங்களெல்லாமே

சாதாரண மனிதர்களின் வாழ்க்கையிலிருந்து நேரடியாக எடுக்கப்பட்ட அவரது கதைகள்தாம்.

அவர் இயக்கிய முதல் படம் பூதக் கண்ணாடி. இதற்காக தேசிய விருது பெற்றார். மாறுபட்ட பாத்திரப்படைப்புகளுக்காகவும் மீபொருள் உத்தியில் அமைக்கப்பட்ட அற்புதமான காட்சிகளுக்காகவும் மலை யாளத் திரைப்படச் சரித்திரத்தில் இது ஒரு மிக முக்கியமான திரைப் படமாக நிலைத்திருக்கும்.

பரவலாக வாசித்தோ, திரைப்படங்களைப் பார்த்தோ லோஹியேட்டன் தன்னை எப்போதுமே புத்தாக்கம் செய்துகொண்டவரல்ல. ஒருமுறை குருதத் திரைப்படங்களின் முழுத்தொகுப்பை நான் அவரிடம் கொடுத்தது ஞாபகம் வருகிறது. மிகுந்த சந்தோஷத்தோடு அவற்றை அவர் வாங்கிக் கொண்டார். ஆனால் பல மாதங்கள் கழிந்தும் ஒரு படத்தைக் கூட அவர் பார்த்திருக்கவில்லை!

அவரது கதைகளை தனது சொந்த வாழ்விலிருந்தும், அவருக்குத் தெரிந்தவர்களின் வாழ்விலிருந்துமே அவர் உருவாக்கி வந்தார். திரைக் கதை எழுதும் இயக்குநர்கள் என்று இன்று சொல்லிக் கொள்கிறவர் களில் பலரைப்போல படைப்பூக்கத்திற்காக டிவிடிக்களைத் தேடி யலைந்தவரல்லர் அவர். அதற்கான அவசியம் அவருக்கு இருந்த தில்லை!

கம்ப்யூட்டர்கள் போன்ற நவீன தொழில்நுட்பங்களுக்கு லோஹி யேட்டன் முற்றிலும் எதிரானவர்! மனித மூளையின் சாத்தியங்களை கம்ப்யூட்டர்கள் கொன்று விடுமென்று அவர் திடமாக நம்பினார். ஒருமுறை அவர் என்னிடம் வேடிக்கையாக, 'உன்னிடம் ஏற்கனவே கொஞ்சூண்டு மூளைதான் இருக்கிறது. அதையும் இப்படி நாளெல்லாம் கம்ப்யூட்டர் முன்னால் உட்கார்ந்து ஒழித்துவிடப் போகிறாய்' என்றார்.

அவரது வலுவான பாத்திரங்களில் மலையாள சினிமாவின் பல அற்புத மான நடிகர்களையும் நடிகைகளையும் அவர் அறிமுகப்படுத்தியோ பட்டைதீட்டியோ விட்டிருக்கிறார். தில்ஸ், மஞ்சு வாரியர், மீரா ஜாஸ்மின், கலாபவன் மணி போன்றோர் அவருடைய கண்டு பிடிப்புகள் என்றால், மோகன்லால், மம்மூட்டி, திலகன், நெடுமுடி வேணு போன்ற நடிகர்கள் அவருடைய பாத்திரங்களின் வாயிலாக தமது நடிப்பின் பலங்களையும் பரப்புகளையும் கண்டறிந்து கொண்டவர்கள்.

திரையுலக உச்ச நட்சத்திரங்கள் தமது பாத்திரங்கள் எவ்வாறு எழுதப்பட வேண்டும் என்று நிர்ப்பந்திக்கிற போக்கிற்கு எதிராக லோஹியேட்டன்

எப்போதுமே நின்றும் பேசியும் வந்திருக்கிறார். அவர் தனது பாத்திரங் களை முதலில் உருவாக்கிவிட்டு பிறகு பொருத்தமான நடிகர்களை தேர்ந்தெடுத்து வந்தவர். இவ்விஷயத்தில் அவர் வெளிப்படையாக எதிர்த்துக் கொண்டது சில பெரிய நட்சத்திரங்களை எரிச்சலடைய வைத்திருக்கிறது.

ஆனால் அவர்கள் அனைவருமே அவரது மரணத்திற்குப் பிறகு பெரிதும் கலங்கி நின்றிருந்ததைப் பார்க்க முடிந்தது. ஒரு வேளை அவர்களது வேகமாக மங்கிவரும் புகழை தூக்கி நிறுத்தக்கூடிய மேலும்சில பாத்திரங்களை லோஹித தாஸ் உருவாக்கியிருக்கக் கூடுமென்ற நினைப்பால் எழுந்த சோகமாகக்கூட அது இருக்கலாம்!

அவரது குடும்ப புராணம் என்ற படத்தில் ஒரு வயதான ஏழை டாக்ஸி டிரைவரின் குடும்பத்தைக் காட்டியிருப்பார். இவ்வளவு நாட்களாக வாடகை வீடுகளிலேயே வாழ்ந்து கஷ்டப்பட்ட அவருடைய மனைவியின் ஒரே ஆசை அவர்களுக்கென்று சின்னதாக ஒரு வீடு கட்டிக் கொள்வது. அவருடைய மகன்களும் மகள்களும் அந்த வயதான பெற்றோரை தனியாக அல்லாட விட்டுவிட்டு தத்தமது திசைகளில் சென்றுவிடுகின்றனர். கடைசியில் தங்களுக்கென்று சொந்தமாக வீடு கட்ட வாங்கிய இடத்திலேயே தன் அன்பு மனைவியின் உடலை அந்த முதியவர் தனியாக நின்று தகனம் செய்து கொண்டிருப்பதோடு படம் முடிகிறது!

54 வயதில் தனியாக விட்டுப்போய்விட்ட லோஹியேட்டனின் தகனத்திற்கு அவரது கிராமத்து வீட்டின் முன்னால் ஆயிரக்கணக் கானோர் குழுமியிருந்தனர். நடுங்கும் இதயத்தோடும் ஈரமான கண்களோடும் அவரது சிதைக்குமுன் நின்றிருந்தேன். லோஹி யேட்டனுக்கு மறுபிறவியில் நம்பிக்கை இருந்தது. எனக்குக் கிடையாது. ஏனென்றால் லோஹித தாஸைப் போன்ற ஒரு படைப்பாளி அவரது கதைகளிலிருந்தும், அவர் உருவாக்கிய என்றும் உயிருடன் இருக்கும் பாத்திரங்களிடமிருந்தும் எப்போதுமே விட்டுப்போக மாட்டார் என்பது எனக்குத் தெரியும்.

லோஹித தாஸ் என்ற மாபெரும் கலைஞனை, இனிய மனிதனை அருமையான வாழ்க்கையைச் சித்திரங்களாக நம் முன் உயிருடன் நிலைநாட்டுகிறது ஜெயமோகனின் இந்தப் புத்தகம்.

தமிழாக்கம்: ஜீக்கே

1

கதையின்
காணப்படாத பக்கங்கள்

ஒரு சினிமா எப்படி உருவாகிறது என்பதைப் பற்றி சாதாரண ரசிகர்களுக்கு இப்போதுகூட பெரிய புரிதல் ஏதுமில்லை. பலசமயம் ஒரு நடிகர் அல்லது இயக்குநருடன் தொடர்புபடுத்தி அவர்கள் அந்தப் படத்தைப் பற்றிப் பேசிக் கொள்கிறார்கள். சினிமா ஒரு கூட்டுமுயற்சி. சினிமாவில் எழுத்தாளனின் பங்கு குறித்து பெரும்பாலானவர்கள் உணர்வதில்லை.

சினிமாவின் அடிப்படைக்கூறு 'கதைதிரைக்கதை வசனம்' என்று கூறப்படும் எழுத்தாளனின் பங்களிப்பே. மோசமான கதையில் இருந்து நல்ல சினிமா ஒருபோதும் உருவாக இயலாது. ஒரு சிற்பி கட்டடத்தின் வரைபடம் ஒன்றை வரைவதுபோல எழுத்தாளன் எழுதுகிறான். இயக்குநர், ஒளிப்பதிவாளர், நடிகர் அத்தனை பேருக்கும் அதுதான் வழிகாட்டி. கற்பனை வளமும் காட்சி நுண்ணுணர்வும் உள்ள ஓர் எழுத்தாளனால் மட்டுமே நல்ல திரைக்கதையை உண்டு பண்ண முடியும். திரைக்கதை ஓர் இலக்கிய வடிவம். சினிமா என்பது கண்ணுக்குப் புலனாகும் இலக்கியம்.

ஒரு சினிமாவுக்கான சிந்தனை ஒரு கருவில் இருந்தோ அல்லது ஒரு கதைத்துளியில் இருந்தோ ஆரம்பிக்கிறது. கதை உருவாகிவிட்ட தென்றால் பிறகு அந்தக் கதையை எப்படி சினிமாவின் வடிவத்துக்கு

மாற்றுவது என்று யோசிக்க வேண்டும். காட்சிரீதியான சாத்தியங்களை கணக்கில்கொண்டு கதையை காட்சிகளாக ஆக்க வேண்டும்.

உதாரணமாக, ஓர் இளைஞனும் இளம் பெண்ணும் சந்திக்கிறார்கள். அவர்கள் காதல் வயப்படுகிறார்கள். பிரிந்து வாழமுடியாத நிலையை அடைகிறார்கள். ஒரு கதையின் தொடக்கம் இது. இது ஒரு கரு மட்டுமே. மூன்று வரிகள் கொண்ட இதை சினிமாவில் பதினைந்து காட்சிகள் வழியாகவே சொல்ல முடியும். அவன் யார், அவள் யார், எங்கே எப்போது அவர்கள் சந்தித்துக் கொள்கிறார்கள், என்ன பேசு கிறார்கள், உணர்ச்சிகள் என்ன, எல்லாவற்றையும் சொல்லியாக வேண்டும். காட்சி விவரணையே திரைக்கதை என்பது.

ஒரு உதாரணம் காட்டுகிறேன். படம் செங்கோல். கதாநாயகனும் கதாநாயகியும் காதலை சொல்லிக் கொள்வது கதைத்தருணம்.

செங்கோல்

காட்சி 1

கிராமத்துப் பாதை, பகல்.

ரப்பர் தோட்டத்தின் ஊடாகச் செல்லும் பாதை அது. சட்டென்று வேலி உடைந்து கிடப்பதன் இடுக்கு வழியாக இந்து குதித்து வருகிறாள்.

சேது திடுக்கிடுகிறான்.

சேது: பயமுறுத்திட்டியே..

இந்து: நான் குறுக்கு வழியா ஓடி வந்தேன்.

அவள் மூச்சிறைக்கிறாள். கையில் உள்ள புத்தகத்தையும் பேனாவையும் நீட்டி புன்னகையுடன் கேட்கிறாள்.

இந்து: அட்ரஸ் வேணும்.

சேது: எதுக்கு?

அவள் புன்னகையுடன் சொல்கிறாள்.

இந்து: அட்ரஸ் எதுக்கு கேப்பாங்க?

சேது: வேணாம். நான் மறுபடி வரேன். அம்மாவுக்குத் தெரிஞ்சா தப்பா நெனைப்பாங்க.

இந்து: அம்மா சொல்லித்தானே வந்தேன்.

சேதுவுக்கு அது ஆச்சரியமூட்டுகிறது. அம்மா அனுப்பியிருக்கிறாள்! அவள் புத்தகத்தை வாங்கி விலாசத்தை எழுதுகிறான்.

இந்து: ஒண்ணு கேக்கட்டுமா?

சேது: ம்

இந்து: அன்னிக்கு ராத்திரியிலே வந்தப்ப அம்மாகிட்ட கேட்டீங்களே... அது நெஜம்மாவே கேட்டதா?

எழுதியபடியே சேது கேட்கிறான்.

சேது: என்ன?

இந்து: என்னை கல்யாணம் பண்ணிக்கிறதா...

சேது நிமிர்ந்து பார்க்கிறான்.

சேது: அதுவா... அது வந்து...

சேது பம்மிப்போய் அவளைப் பார்த்து சிரிக்கிறான்.

அவன் பார்வையை சந்திக்க முடியாமல் அவள் தலைகுனிகிறாள்.

சேது: தண்ணியப்போட்டுட்டு போதையில சொன்னதுன்னு தோணிச்சா என்ன?

சேது மெல்லச் சிரிக்கிறான்.

இந்து: இல்ல... சின்சியரா கேக்கிறதாத்தான் எனக்கும் தோணிச்சு. ஆம்பிளைங்க பலவிதமான பேச்சு பேசுவாங்க. அசிங்கமா கேப்பாங்க. வரட்டுமான்னு கேட்பாங்க. ஒரு ராத்திரி மட்டும் போதும்ன்னு சொல்லுவாங்க. சிலர் நான் உன்னை வைச்சு காப்பாத்துறேன்னு சொல்லுவாங்க - ஒருத்தர் கல்யாணம் பண்ணிக்கட்டுமான்னு கேட்டது இதான் முதல் தடவை...

அவள் குரல் தழுதழுக்கிறது.

சேது அவளை பரிதாபத்துடன் பார்க்கிறான். புத்தகத்தை திருப்பித் தருகிறான். அவள் கண்களில் கண்ணீர். அவள் எதிர்பார்ப்புடன் அவனையே பார்க்கிறாள்.

இந்து: இப்பவும் அந்த கேள்வி இருக்குன்னு நான் நெனைச்சுக்கட்டுமா. அவசரத்திலே வாய்தவறிச் சொன்னதா இருந்தா அதைக் கடைப்பிடிக்கணும்ன்னு கட்டாயம் இல்லை.

இருந்தாலும் சும்மா ஒரு எதிர்பார்ப்ப நான் வச்சுகிடறேன். நீந்தி நீந்தி போறப்ப அந்தப்பக்கம் எங்கியோ ஒரு கரை இருக்குன்னு நெனைச்சுக்கிறது ஆறுதலா இருக்கு...

சேது அவளை பிரியமாகப் பார்க்கிறான். ஆழமான குரலில் சொல்கிறான்.

> சேது: தூரத்தில் ஒண்ணும் இல்ல, பக்கத்திலதான், இந்தா இங்க, தொட்டுப்பார்க்கிற தூரத்தில...

அவள் கண்களில் கண்ணீர் கொட்டுகிறது. அவனுடைய மார்பில் சாய்ந்து கதறியிருப்பாள். ஆனால் சட்டென்று திரும்பி ஓடிப்போகிறாள்.

அவனுடைய பார்வையில் ஊடுவழியில் அவள் துள்ளி ஓடும் காட்சி. அவனும் நடக்க ஆரம்பிக்கிறான்.

இப்போது சேதுவின் முகத்தில் ஒரு மென்மையான புன்னகை உள்ளது.

கட்.

●

திரைக்கதையைப் பற்றி ஒரு அதிகாரபூர்வ ஆய்வுக்கட்டுரை எழுதுமளவு எனக்கு விஷயம் தெரியாது. இருந்தாலும் என்னுடைய சொந்த அனுபவத்தில் இருந்து இவற்றைச் சொல்கிறேன்.

மலையாள சினிமாவில் கதை பஞ்சம் என்கிறார்கள். எனக்கு அப்படித் தோன்றவில்லை. கதைகளை கண்டுபிடிக்கும் கண்களுக்குத்தான் பஞ்சம். இது எல்லா துறைகளிலும் உள்ள பஞ்சம். வாழ்க்கை வணிக மயமாகும்போது நாம் மேலும் மேலும் கருணையில்லாதவர்களாக ஆகிறோமா?

நான் ஒரு சாமானியன். பசியும் தாகமும் அன்பும் வெறுப்பும் துரோகமும் புறக்கணிப்பும் என் வாழ்க்கையில் அனுபவங்களாக ஆகியுள்ளன. என்னைச்சுற்றி இரையும் வாழ்க்கைக் கடல். நான் அதில் ஒரு துளி. இந்த கரையிலாக் கடலில் எத்தனை முத்துக்கள், எத்தனை மீன்கள். எனக்கு பிடித்தமானவற்றை தொட்டு எடுத்தால் போதும். தேடக்கூட வேண்டியதில்லை. எல்லாரும் தேடுவது அபூர்வமான ஒரு முத்தை. அது அவனுடைய அதிர்ஷ்டத்தைச் சார்ந்தது.

பிறருக்கு சர்வசாதாரணம் என்று தோன்றக் கூடியவற்றில்கூட கலையைக் கண்டுபிடிப்பவனே மேலான கலைஞன். எனக்கு அற்பமான விஷயங்கள்கூட ஆழமான மனத்தூண்டலை அளித்துள்ளன.

ஒரு நாய் இரவில் பரிதாபமாக ஊளையிட்டதைக் கேட்டு நான் ஆழமான உணர்வெழுச்சியை அடைந்து எழுதியிருக்கிறேன். ஒரு சொல், ஒரு முகம், ஒரு காட்சிகூட ஒரு கதைக்கான தொடக்கமாக மாறக்கூடும்.

ஆறாம் வகுப்பில் படிக்கும்போது நான் ஒரு எலிக்குஞ்சை கொன்றேன். அந்தத் துயரமே என்னை என் முதல் படைப்பை எழுதவைத்தது. பிற்பாடு எத்தனை கதைகள், எத்தனை நாடகங்கள், சினிமாக்கள். ஆனால் அடிப்படையில் நான் ஒரு சிறுகதைக்காரன் என்று படுகிறது. நான் சினிமாவுக்காக சிறுகதைகளை எழுதுகிறேன். சிறுகதையின் உத்தியும் வடிவமும்தான் என் திரைக்கதைகளிலும் கடைப்பிடிக்கப் பட்டுள்ளது.

சினிமாவுக்காக நான் எழுதிய பல கதைகளின் தொடக்கப்புள்ளிகளை இப்போது எண்ணிப்பார்க்கிறேன். மிக எளிய அனுபவத்துளிகள். மெல்லிய பொறிகள். அந்தப் பொறி சிலசமயம் அந்தக் கதையுடன் தொடர்பே இல்லாததாகக் கூட இருக்கும். ஒரு துளி விந்துவில் இருந்து தானே பிரம்மாண்டமான யானை பிறந்து வருகிறது. ஆகவே முதல் தூண்டலின் அளவும் அதற்கு கதையுடன் உள்ள தொடர்பும் மிகமிகச் சாதாரணமானவை. கதைக்கு ஒரு காரணமாக மட்டுமே அவை அமைகின்றன.

என் கதையும் கதாபாத்திரங்களும் என் நேரனுபவம் மூலம் நான் தெரிந்து கொண்டவை. கண்டு கேட்டு அறிந்த அனுபவங்கள் அவை. ஒருவருடைய வாழ்க்கையை நான் கதையாக ஆக்கிவிட்டேன் என்று தெரிந்தால் அவர் குன்றிப்போகலாம். அது அவரது அந்தரங்கத்தில் நுழைவது போன்றது அல்லவா? ஆகவே நான் அதைச் சொல்ல முடியாது. ஆனால் எல்லாம் மனிதர்களே என்று மட்டும் உறுதியாகவே சொல்வேன்.

(கதையுடை காணாப்புறங்கள், ஏ.கே.லோகிததாஸ்.
கரண்ட் புக்ஸ் திரிச்சூர் வெளியீடு.)

2

லோகிததாஸ் நினைவு

அ. காதலன்

முகம் பார்க்கும் கண்ணாடி முன் நீண்ட நேரத்தைச் செலவிடுவார் லோகிததாஸ். காலையில் எழுந்ததுமே பல்விளக்கிவிட்டுச் செய்யும் முதல் வேலையே அதுதான். அதிகாலையில் எழுவது அவரது வழக்கம், நாலரை மணிக்கு. பல்தேய்த்ததுமே சிலபல ஆயுர்வேதக் கலவைகள் உண்பார். பின்னர் இன்னொருமுறை பல்தேய்ப்பார். அதன்பின் கண்ணாடிமுன் நல்ல ஒளியில் மூக்குக் கண்ணாடி போட்டு நின்றபடி முகத்தை பரிசோதனைசெய்வார். நரைக்கு மிக நுட்பமாக சாயம்பூசுவார். விலை உயர்ந்த சாயம் வைத்திருந்தார். அவர் முகத்தில் ஒருநாள்கூட நாம் நரையின் துளியை பார்க்க முடியாது.

நான் அதைக் கவனிக்கும்போதெல்லாம் குறும்புச்சிரிப்புடன் 'இந்த குருவிச்சிறகையெல்லாம் கொஞ்சம் கறுப்பாக்கு ஜெயமோகனா..' என்பார். என் முகத்தில் நானே கரி பூசுவதில்லை என்பேன். நான் எப்படி இருக்கிறேனோ அப்படித்தான் நான் தெரியவேண்டும், வேடமிட்டுக்கொள்வதில் எனக்கு ஆர்வமில்லை என்பேன்.

லோகிக்கு அதில் உடன்பாடில்லை. 'நான் வெளியுலகுக்குக் காட்டும் இந்த முகம் நானே தினமும் என் கழுத்துக்கு மேல் வரைந்து எடுத்துக் கொள்வது. இது பொய் என்று நீ சொல்லலாம். ஆனால் அப்படி உண்மையான முகம் என்று ஒன்றும் இல்லை என்றுதான் நான் சொல்வேன். முகம் என்பதெல்லாம் நாமே நினைத்துக்கொள்வதுதான்.'

இளமையாக இருக்க வேண்டும் என்பது ஒரு கலைஞனின் இன்றியமை யாத தேவை என்பது லோகியின் கருத்து. இளமையாக நினைத்துக்

கொண்டால், இளமையாக காட்டிக்கொண்டால், இளமை நம்மிடம் இருக்கும். நம்மை இளமையானவனாக எண்ணிக்கொண்டால் இளமைக்கான அசைவுகள் பாவனைகள் நம்மில் கூடும். அது பிறர் நம்மை இளமையாக நடத்தச்செய்யும். பிறர் நம்மை இளமையான வனாக நடத்தினால் நாம் மேலும் இளமையாக உணர்வோம்.

நம்முடைய முகம் இளமையாக இருந்தாகவேண்டும் என்று லோகி மீண்டும் மீண்டும் சொல்வார். நாம் பார்க்கும் முகங்கள் எல்லாம் நம் முகத்தையே பிரதிபலிக்கின்றன. இயற்கைக்கு என்று ஒரு பாவமும் இல்லை. அது தெளிந்த ஆற்றுநீரோட்டம் போல. அது நம்மை பிரதி பலித்து நமக்குக் காட்டுகிறது. சிந்தனையாளனுக்கு அது தத்துவமாகத் தெரியும். நோயாளிக்கு அது நோயாகத் தெரியும். காதலனுக்கு அது காதல்வெளியாக இருக்கும்.

'இயற்கை நம்முடைய காதல்பெண்ணைப் போன்றது. பிரியே என்று கூப்பிட்டால் அவளுடைய பாவம் காதல் நிறைந்ததாக இருக்கும். எடி புலையாடிமோளே என்று கூப்பிட்டால் அவளுடைய பாவமும் அதுதான். நம்மில் பாதிப்பேர் நாற்பது வயதிலேயே ஓய்ந்துபோய் அவளை 'இந்தாடி' என்று ஒரு அக்கறையும் இல்லாமல் கூப்பிட ஆரம்பிக்கிறோம். அவளுக்கும் நம் மீது ஒரு விதமான அக்கறையும் இருப்பதில்லை.'

ஏன் இளமை? லோகி சொல்வார். இளமை என்றால் உயிர். உயிர் குறைவதுதான் முதுமை. இளமையில்தான் எல்லாமே இருக்கிறது. கனவுகள், இலட்சியங்கள், ஊக்கம், உற்சாகம் எல்லாமே. நாம் இயற்கையில் ரசிப்பது அதன் இளமையை மட்டுமே. 'இயற்கை என்பது லீலை. கேளி. அது இளமையில் மட்டும்தான் இருக்கிறது. இயற்கை யின் பாவம் காதல்தான். இளமையில் மட்டும்தான் காதல். காதல் இல்லாவிட்டால் எதுவுமே இல்லை. எப்போது மனதில் இருந்து காதல் போகிறதோ அப்போதே கலையும் போய்விடும்...'

லோகியின் வாழ்க்கைக் கோட்பாடு அது. அதை அவர் வெவ்வேறு சொற்களில் சொல்லிக்கொண்டே இருப்பார். பேட்டிகளில் சொல்லியிருக்கிறார். கட்டுரைகளில் எழுதியிருக்கிறார். அவரது வார்த்தை 'ப்ரணயம்'. பிரேமம் என்ற சொல் அவருக்கு அவ்வளவு உவப்பில்லை. அதில் மோகம் மட்டுமே உள்ளது. ப்ரணயத்தில்தான் காதலின் லீலையும் உள்ளது.

இயற்கை என்பது பிரம்மாண்டமான ஒரு காதல் லீலை என்று வயலார் ராமவர்மா அவரது சினிமாப்பாடல்களில் அற்புதமாக சித்தரித் திருக்கிறார் என்று சொல்லிக்கொண்டே இருப்பார் லோகி. இயற்கையின் படைப்பூக்கம் கொண்ட தோற்றம் என்பது காதலே.

வயலார் ராமவர்மா அவரது காதல்பாடல்களில் நிலவும் காயலும் தென்னைமரத் தோப்புகளும் மலைகளும் கடலும் பெரும் காதல் லீலையில் ஈடுபட்டிருப்பதை அற்புதமான வாக்கியங்களில் சொல்லியிருக்கிறார் என்பார்.

பாலக்காடு அருகே லக்கிடி கிராமத்தில் லோகியின் பண்ணை வீட்டு முற்றத்தில் அமர்ந்திருந்தோம். நல்ல நிலவு. குளிர் கொண்ட காற்று. இருளுக்குள் தென்னைமரங்களின் சலசல ஒலி. தூரத்தில் சில நாய்களின் குரைப்பொலி. லோகி அழகான கண்ணாடிக்கோப்பையில் கொஞ்சமாக மதுவை ஊற்றி சோடா கலந்து ஐஸ்போட்டு வைத்திருந்தார். துபாயில் இருந்து யாரோ கொடுத்த ஸ்காட்ச். மது உள்ளே போனாலே பாட்டுதான். லோகிக்கு நல்ல ஆழமான குரல். அழுத்தமான இசைஞானம் உண்டு. அவர் பாடுவதற்கான எந்த முயற்சியும் எடுத்துக்கொள்வதில்லை என்றாலும் நல்ல பாடகர் என்றுதான் சொல்ல வேண்டும். மென்மையாக பாடல்களை முனகி முனகி நம்மில் பாடலின் இசைவடிவை உருவாக்க அவரால் முடியும்.

லோகிக்கு பாடல்களின் இசை முக்கியமல்ல, வரிகள்தான். இசை என்பது கவிதையின் ஒரு சிறப்பு வடிவம் என்றுதான் அவர் சொல்வார். வரிகளை நினைவுபடுத்தாத தூய இசை இல்லை என்று வாதிடுவார். அதில் அவருக்கும் ஷாஜிக்கும் சண்டை மூள்வதுண்டு. அதை ஒரு விவாதத்தரப்பு என்பதைவிட நெஞ்சில் எந்நேரமும் கவிதையை வைத்திருந்த ஒரு இலக்கியவாதியின் அபிப்பிராயம் என்றுதான் சொல்ல வேண்டும்.

ஸ்வப்னங்நள் உறங்நாத்த ராத்ரி
ஏதொ ஸரத்கால ஸுந்தர ராத்ரி
காமுகிமாரும் காமுகன்மாரும்
ரோமாஞ்சம் அணியுந்ந ராத்ரி

(கனவுகள் கண்ணுறங்கா இரவு
ஒரு வசந்தகாலத்தின் அழகிய இரவு
காதலிகளும் காதலர்களும்
புல்லரித்துக்கொள்ளும் இரவு)

லோகி பாடும்போது பெரும்பாலும் அந்தச்சூழலுக்கு பொருத்தமாக அவர் நெஞ்சில் எழுந்த ஒரு வரியில் இருந்துதான் ஆரம்பிப்பார். அனுபல்லவி சரணம் எப்படி வேண்டுமானாலும் இருக்கும். அப்படியே மெல்ல பல்லவிக்கு வந்தார். இருட்டுக்குள் அவரது முகத்தில் பக்கவாட்டுத்தோற்றத்தில் தாடி மென்மையாக ஒளிவிட்டது.

இந்துலேஹே இந்துலேஹே
இந்த்ர ஸதலிலே ந்ருத்த லோலே
ஈ ராத்ரி நின்னே கண்டிட்டு எனிக்கொரு
தீராத்த தீராத்த மோஹம்

(இளநிலவே இளநிலவே
இந்திர சபையின் நாட்டியக்காரியே
இவ்விரவில் உன்னைக்காணும்போது எனக்கு ஒரு
தீராத தீராத ஆசை)

பெருமூச்சு விட்டுக்கொண்டு 'வயலாருக்கு நிலவு என்றால் அப்படி ஒரு மோகம். பெரும்பாலான பாடல்கள் நிலவைப்பற்றித்தான். மேகத்தை முகத்திரையாகப் போட்டுக்கொண்டு முதலிரவு அறைக்கு வரும் பெண்ணாக நிலவைப்பார்க்க அவரால்தான் முடியும். மாணிக்க மிதியடியின் காலடியோசை நெருங்குவதைக் கேட்டு நாணம் கொண்டு மேகத்தை இழுத்துவிட்டு முகம் மறைக்கும் நிலவு...' இன்னும் ஒரு வரியை உடனே ஆரம்பித்தார் லோகி.

உத்தராயணக்கிளி பாடி உன்மாதினியெப்போலே
பொன்னும் வளையிட்ட வெண்ணிலாவே
நின்னே ஒந்து சும்பிச்சோட்டே?

(உத்தராயணக்கிளி பாடியது உன்மத்தம் வந்தவளைப்போல
பொன்வளை போட்ட வெண்ணிலாவே
உன்னை ஒருமுறை முத்தமிடலாமா நான்?)

'வயலாருக்கு இயற்கை என்பது மாபெரும் காம விளையாட்டு. ஓயாத காதல் வெளி. வேதகால ரிஷிகள் அப்படித்தான் இயற்கையைப் பார்த்தார்கள். சூரியனின் ஒளியைக்கூட விந்து என்றுதான் வேதத்தில் சொல்லியிருக்கிறார்கள்....' என்றார் லோகி.

மீண்டும் ஒரு பெக். தொட்டுக்கொள்ள வறுத்த ஆட்டுக்கறி. தேங்காய்த் துருவல் போட்டு காரம் குறைவாக பொரித்து எடுத்தது. லோகி குடிகாரர் அல்ல. ஒரு லார்ஜை எப்போதுமே தாண்டுவதில்லை. அதை மிகமிக மெல்ல, வெகுநேரம் எடுத்துக்கொண்டு, குடிப்பார். குடித்தால் மேலும் உல்லாசியாக, மேலும் சங்கீதப்பிரியராக, மேலும் ரொமாண்டிக் ஆக, மேலும் மென்மையானவராக ஆகிவிடுவார்.

'உலகம் முழுக்க புராதன கவிதைகளில் இயற்கையை அழியாத காதல் வடிவமாகத்தான் சொல்லியிருக்கிறார்கள். தமிழில் உள்ள புராதனமான

கவிதைகள் இயற்கையின் ஐந்து நிலைகளையும் காதலின் ஐந்து மனநிலைகளாகத்தான் சித்தரிக்கின்றன' என்றேன்.

'இயற்கை முழுக்க காதல்தான்... காதல்தான் சிருஷ்டிகரம் என்பது. ஆவேசமான ஒரு காதல் நம்மிடம் எப்போதும் ஊறிக்கொண்டே இருக்க வேண்டும். அந்தக் காதல் எப்போது இல்லாமலாகிறதோ அப்போது நம்முள் உயிர்ச்சக்தி இல்லாமல் ஆகிறது என்று பொருள். மேற்கொண்டு நாம் உயிர்வாழ்வதில் இயற்கைக்கு அக்கறை இல்லை என்று பொருள்... கறவை வற்றிய மாட்டை அடிமாட்டுக்கு அனுப்புவதுபோல இயற்கை நம்மை குரூரமாக சாவை நோக்கி அனுப்பிவிடும்... சாவுக்கு எதிரான போராட்டம் என்றால் அது காதல்தான். '

லோகி அவரது வழக்கமான வாழ்க்கைவிளக்கத்தை வந்து அடைந்தார். 'காமம் ஒன்றுமே இல்லை. அறிவில்லாத கற்பனை இல்லாத வெறும் தடியுடல்கள் காமத்தில் ஈடுபடும். கலைஞனுக்கு உரியது காதல்தான். இயற்கையில் உள்ள இயல்பான விஷயம் காமம்தான் , காதல் மனிதனின் கண்டுபிடிப்பு என்று சில முட்டாள்கள் சொல்கிறார்கள். அவர்கள் இயற்கையையே பார்த்தது கிடையாது. இயற்கையில் காமம் மிகமிகக் கொஞ்சம். காதல்தான் அதிகம். ஜெயமோகன், ஒரு ஜோடி சிட்டுக்குருவிகளைப் பார். எத்தனை நேரம் அவை களியாட்டம் போடும் தெரியுமா? கிரீடை என்று அதை சொல்வார்கள். பாம்புகள் நாள்கணக்காக காதல் செய்யும்... காமம் என்றால் அதெல்லாம் எதற்கு? போய் போட்டுவிட்டு வேலையைப் பார்க்கப் போகவேண்டியது தானே?'

மழைச்சாரல் ஆரம்பித்தது. நாங்கள் நாற்காலிகளை தூக்கிக்கொண்டு பூமுகத்தை அடைந்தோம். அந்த வீட்டை லோகி அவரது 'அரயன்னங்களுடே வீடு' என்ற படத்துக்கான அட்வான்ஸ் பணத்தில் வாங்கினார். பழங்கால வீடு – நூறு வருடம் பழையது. அக்காலத்தில் ஏதோ முஸ்லீம் நிலப்பிரபு கட்டியது. சிவந்த வெட்டுக்கல்லால் ஆன இரட்டை மாடிக் கட்டடம். வெட்டுக்கல் மீது பூச்சு ஏதும் இருக்காது. உயர்ந்த ஓட்டுக்கூரை. பூமுகத்திண்ணையும் சுற்று வராந்தாவும் உள்ள நாலுகெட்டு வீடு. பலகையால் ஆன மாடி. வீட்டைச்சுற்றி தென்னை மரங்கள்.

லோகிக்கு மிகப்பிடித்த இடம் அந்த வீடுதான். அங்கேதான் அவர் பெரும்பாலும் இருப்பார். எரணாகுளத்தில் ஆலுவாவில் பெரியாற்றின் கரையில் அவருக்கு மிகப்பெரிய பங்களா இருந்தது. அங்கேதான் அவரது குடும்பம். இங்கே சமையலுக்கு ஆள் வைத்துக்கொண்டு தனியாக இருப்பது அவருக்கு பிடித்தமானது.

மழைத்துளிகள் சரம் சரமாகச் சீறி வந்து சுவர்களில் பொழிந்தன. நிலவு முழுமையாக மறைந்தது. தோட்டத்தில் மழையின் சீறல் ஒலி. ஆனால் பெரிய மழை இல்லை. காற்றில் சிதறடிக்கப்பட்ட தூறல் மட்டுமே.

மந்தஸமீரனில் ஒழுகி ஒழுகி எத்தும்
இந்த்ர சாபம் நீ...
(இளங்காற்றில் ஒழுகி ஒழுகி வரும்
இந்திரனின் அம்பு நீ)

லோகி திண்ணையில் அமர்ந்துகொண்டு மேலும் பாடினார். மழைச் சாரலை இந்திரனின் அம்பாக உருவகிப்பது ஏதாவது பழம்பாடல்களில் இருக்கிறதா என்று யோசித்தேன். மணி பன்னிரண்டு தாண்டி விட்டிருந்தது. மெல்ல கொட்டாவி விட்டேன்.

'அப்ப நாம தூங்கலாம்' என்றார் லோகி. நான் அறைக்குள் சென்று படுத்துக்கொண்டேன். லோகி மேலே மாடியில் அவரது படுக்கை அறைக்குச் சென்றார். புது இடத்தில் என்னால் கொஞ்சநேரம் தூக்கத்தில் அமையமுடியவில்லை. மாடியில் லோகி மெல்லிய குரலில் செல் ஃபோனில் பேசுவது கேட்டுக்கொண்டே இருந்தது. எந்நேரமும் அவரிடம் பேச இளம்பெண்கள் உண்டு. மந்திரக்கோலால் தொட்டு எந்தப்பெண்ணையும் நடிகையாக்கி புகழுச்சியில் அமரச்செய்ய முடியும் அவரால். அதைவிட அவரது அழுத்தமான பிரியமான குரல். அவரில் எப்போதுமே இருக்கும் இனிமை, மென்மை...

இந்த நாலைந்து வருடங்களில் அழகிய இளம் பெண்கள் வலுவான காந்தத்தால் ஈர்க்கப்பட்டவர்கள் போல அவரை நோக்கி வந்து கொண்டே இருப்பதைக் கவனித்திருக்கிறேன். அது வெறும் தொழில் முறை உறவுகள் மட்டுமல்ல. அந்தத் தொடர்புகள் ஒருபோதும் அத்தனை உணர்ச்சிகரமாக நீள்வதில்லை. அவர்கள் அவரை நம்பினார்கள். அவர்மீது அவர்களுக்கு ஏற்பட்ட பெரும் பிரியத்துக்கான காரணம் அவரில் எப்போதும் ததும்பிக்கொண்டிருந்த உண்மையான ஆழமான காதல்தான் என்று நினைக்கிறேன். அவர் பெண்களை பெருங்கவிஞன் போல வழிபட்டார். முதிரா இளைஞனைப்போல ஆவேசத்துடன் காதலித்தார். ஓவியனைப்போல அவர்களின் அழகில் ஈடுபட்டார்.

அதேசமயம் ஒரு முதிர்ந்த மனிதரின் நிதானம் அவரில் இருந்தது. அவர்களின் நலனில் உண்மையான அக்கறை கொண்டிருந்தார். ஒரு பெண்ணுக்கு தீங்கிழைப்பதை, அவள் மனம் வருந்தச்செய்வதை அவரால் கற்பனையே செய்ய முடியாது. இளமையின் வேகமும்

முதுமையின் கனிவும் கொண்ட காதலன். வேறு எங்கே அப்படிப்பட்ட ஒரு இணைவு கிடைக்கும் அவர்களுக்கு?

பல்வேறு இடங்களில் லோகியுடன் தங்கியிருக்கிறேன். ஒரே படுக்கையில் படுத்துக்கொண்டு பேசிப்பேசிச் சலித்து தூங்கியிருக் கிறோம். நான் தூங்க ஆரம்பித்ததும் லோகி செல்ஃபோனை எடுப்பார். பத்துப்பதினைந்து மிஸ்டு கால் இருக்கும். மென்மையான குரலில் 'எந்தெடீ' மறுமுனையில் சிணுக்கம். சிலசமயம் கொஞ்சல். அபூர்வமாக அழுகை. நான் தூங்கி விழிக்கும்போதும் சிலசமயம் அந்த உரையாடல் ஓடிக்கொண்டிருக்கும்.

'அய்யோ லோகி... விடிஞ்சாச்சே... இவ்வளவு நேரமா?' என்பேன். 'நீ வெளியே போய் பார்... விடிய விடிய மரத்தை தென்றல் தழுவிக் கொண்டிருக்கிறது... அதற்கு இன்னும் சலிக்கவில்லை.' லோகிக்குச் சலிப்பதே இல்லை. 'காதல் சலித்தால் பிறகு சாப்பாடு சலிக்கும். உடை சலிக்கும்... கவிதையும் சங்கீதமும் சலிக்கும்...' 'சரி சரி' என்று புரண்டு படுத்துக்கொள்வேன். மறுமுனையிடம் 'ஜெயமோகன்... ஆள் ஒரு வேதாந்தி...' என்று மேலும் நீளும் உரையாடல்.

ஐம்பத்துநான்கு வயதில் லோகி இறந்ததை நினைத்தால் நெஞ்சை அடைக்கிறது. ஆனால் அதுதானே அவர் விரும்பிய மரணமாகவும் இருக்கக் கூடும். முதுமையை அவர் வெறுத்தார். காதலில்லாத ஒரு நாளைக்கூட அவர் வாழ விரும்பவில்லை. வயலார் ராமவர்மா, அரவிந்தன், பரதன், பத்மராஜன் என லோகி விரும்பிய, லோகியைப் போன்றே வாழ்ந்த, அத்தனைபேருமே ஐம்பதுவயதுகளில் இறந்தார்கள். முதுமையை அவர்கள் சந்திக்கவேயில்லை.

'பத்மேட்டனுக்கு வயசு ஆகவில்லை. ஐம்பத்தைஞ்சுதான்... நல்ல காரியம். அவரை கிழவராக நினைத்துப்பார்க்கவே முடியவில்லை. நல்ல சுள்ளன் சுந்தரனாகவே போய்ச்சேர்ந்தார்' என்றார் லோகி, பி.பத்மராஜனின் மரணத்தைப் பற்றி. அதைத்தான் தனக்காகவும் அவர் விரும்பியிருக்கக் கூடும். லோகித தாஸ் சடலமாக ஜனத்திரள் நடுவே கிடக்கும்போது இன்னும் சின்னவயதாகத் தெரிந்தார்.

ஆ. கலைஞன்

லோகித தாஸின் கிரீடம் என்ற படம் அவரை ஒரு நட்சத்திர எழுத் தாளராக ஆக்கியது. மோகன்லாலை சூப்பர் ஸ்டார் ஆக மாற்றியது. இந்தியமொழிகளில் அந்தப்படம் மீண்டும் மீண்டும் பல்வேறு வடிவங்

களில் அவதாரம் கொண்டிருக்கிறது. மகனை ஒரு இன்ஸ்பெக்டர் ஆக்கவேண்டும் என்ற கனவுடன் வாழும் கான்ஸ்டபிள் அப்பா.

அப்பா ஒரு கேடியால் தாக்கப்படுவதைக் கண்டு மனம்பொறாமல் அவனை தாக்கமுனைந்து தானும் கேடியாகிவிடுகிறான் சேதுமாதவன். கடைசியில் கேடியைக் கொன்று சிறைக்குச் செல்கிறான். இன்ஸ்பெக்டர் வேலைக்கு தேர்வு ஆணை வருகிறது 'சேதுமாதவனுக்கு வேலைக்கு தகுதி இல்லை சார், அவன் ஒரு கிரிமினல்' என்று அப்பாவே சொல்லும் இடத்தில் படம் முடிகிறது.

ஒரு வணிகப்படத்தின் கட்டமைப்பு உள்ள அந்தப்படத்தை லோகித தாஸின் சிறந்த படம் என்று சொல்பவர்கள் உண்டு. கல்பற்றா நாராயணன் சொன்னார், 'அதுதான் லோகியின் மாஸ்டர் பீஸ். அதைவிட அறிவார்ந்த சிக்கலான அழகான பல படங்களை அவர் கொடுத்திருக்கிறார். ஆனால் அந்தப் படத்தில் ஒருபோதும் நம்மால் வகுத்துவிட முடியாத விதியின் விளையாட்டு இருக்கிறது.' லோகியின் எல்லா படங்களுமே விதியின் கதைகள்தான்.

'ஆனால் கிரீடத்தில் உள்ள வீழ்ச்சி அபூர்வமான ஒன்று. ஆரம்பத்தில் சேதுமாதவன் பிறரின் அன்பின் உச்சத்தில் இருக்கிறான். அப்பாவுக்கு அவன் அவரது லட்சியக்கனவின் வடிவம். அம்மாவுக்கு செல்லப் பிள்ளை. பாட்டிக்கு கள்ளகிருஷ்ணன். மாமனுக்கு செல்ல மருமகன். மாமன் மகளின் காதலன். தம்பிக்கும் தங்கைக்கும் அக்காவுக்கும் பிரிய மானவன். நண்பர்களுக்கு உயிருக்கு உயிரானவன். அந்தக் கோலத்தை மிக நுட்பமாகச் செதுக்கி முடித்தபின் விதியின் கரம் ஓங்கி அடிப்பதைக் காட்டுகிறார் லோகி. சேதுமாதவன் புறக்கணிப்பின் நிராகரிப்பின் படுபாதாளத்துக்குச் செல்கிறான். யாருமே இல்லாதவனாக ஆகிறான். சமூகமே அவனை உதறி விடுகிறது. கிரிமினலாக தன்னந்தனியனாக கூண்டில் விழுந்து கிடக்கிறான்...' என்றார் கல்பற்றா நாராயணன்.

உண்மையில் லோகியின் வாழ்க்கை அதற்கு நேர் எதிரான ஒன்று. அம்பழத்தில் கருணாகரன் லோகிததாஸ் ஒரு தாழ்த்தப்பட்ட குடும்பத்தில் கணவனால் குரூரமாக கைவிடப்பட்ட ஒரு அம்மாவின் மகனாக 1955, மே, 10 ல் கேரளத்தில் சாலக்குடி அருகே மூரிங்நூர் என்ற கிராமத்தில் பிறந்தார். ஒரு இடிந்த கடைவரிசையில் பலகை போட்டு மூடிய ஒற்றையறையில் அவர் தன் அம்மாவுடன் ஐந்துவயது வரை வாழ்ந்தார். அப்பாவின் முகம் மங்கலாகவே நினைவிருக்கிறது. சிறு வயது என்பது அவருக்கு பசி பசி பசிதான். நடக்க ஆரம்பித்த வயதிலேயே எங்கே சோறு கிடைக்கும் என்று ஊகித்து அந்த வீட்டுக்குச் சென்று பழங்கெஞ்சியோ மரவள்ளிக்கிழங்குக் களியோ கிடைப்பது வரை காத்து நிற்பதைக் கற்றுக்கொண்டார்.

'சோறு மீது எனக்கு அடங்காத வெறி... நான் வயிறு நிறைந்து படுத் திருக்கும்போதுகூட சோற்றைத்தான் நினைத்துக் கொண்டிருப்பேன். பலகாரங்களைப் பற்றி எனக்கு எந்த எண்ணமும் இல்லை. மிட்டாய் களை எனக்கு பழக்கமில்லை. எனக்கு தண்ணீர் விட்ட வெறும் சோறே அற்புதமான ருசியுடன் இருந்தது' என்று லோகி சொல்வார். அவமானங்கள் அப்போது மனதில் பதியவில்லை. வளர்ந்து ஆண்மகனாக ஆனபின் நினைவில்தான் அவை அமிலத்துளிகள் போல எரிய ஆரம்பித்தன. பிற சிறுவர்கள் சாப்பிடுவதைப் பார்த்து நின்ற லோகியை நாயைப்போல கல்லால் அடித்து துரத்தியிருக்கிறார்கள். பிள்ளைகள் சாப்பிட்ட எச்சில் தட்டுகளை வழித்து அவருக்குப் போட்டிருக்கிறார்கள்.

பின்னர் லோகியின் அம்மா வேறு ஒருவரை மணம் புரிந்துகொண்டார். புதிய கணவன் லோகியை அருவருப்பான புழுவைப்போல பார்த்தார். எங்கே பார்த்தாலும் லோகியை அடிக்க ஆரம்பித்துவிடுவார். அவரைக் கொல்லவேண்டும் என்ற எண்ணமே லோகியின் நெஞ்சில் இருந்தது. கொடுமை தாளமுடியாமல் லோகியே கிளம்பி தூரத்துச் சொந்தக் காரர்களின் வீட்டுக்குச் சென்றார். அவர்கள் வீட்டில் வேலைசெய்து தொழுவத்தில் தங்கிக்கொண்டு பள்ளிக்கூடமும் சென்று வந்தார். 'மதியக் கஞ்சி இருந்த ஒரே காரணத்தால்தான் நான் படித்தேன்.'

லோகி அவமானங்களில் புறக்கணிப்பில் வன்முறையில் மிதந்து இளமையைத் தாண்டினார். கரிய குள்ளமான பையன். படிப்பும் பெரிதாக ஏறவில்லை. வேறு எந்தத் திறன் இருப்பதாகத் தெரிய வில்லை. மாடுமேய்க்கவும் சாணிவழிக்கவும் செல்லவேண்டியவன். ஆனால் லோகிக்குள் ஒரு வேகம் இருந்தது, அதுதான் கடைசி வரை அவரிடம் இருந்த வாழ்வாசை. லோகி பிடிவாதமாக படித்தார். பள்ளிக்கூட ஃபீஸ் கட்டுவதற்காக அலைந்து திரிந்து உதவிகள் பெற்றார். ஒரு வீட்டில் இருந்து துரத்தப்படும்போது இன்னொரு வீட்டுக்குப் போய் ஒண்டிக்கொண்டார்.

பள்ளி இறுதி முடித்த நாட்களில் அவருக்கு கடுமையான மன அழுத்தம் ஏற்பட்டது. எதையும் செய்யமுடியாதவராக சித்தம் கலங்கி அலைந்த வரை பெந்தகோஸ்த் சபைக்கு ஒரு பெண்மணி கூட்டிச்சென்றார். அவரை மதம் மாற்ற முடியும் என்று எண்ணி அவர்கள் அவரை கவனித்துக்கொண்டார்கள். 'ஏசு என்னை குணப்படுத்தவில்லை. நாலைந்துபேர் நாலைந்துநாள் என்னிடம் மகனே உனக்கு என்ன செய்கிறது என்று கேட்டார்கள், அது போதும் எனக்கு' என்றார் லோகி. தன் இளமையில் லோகி தன்னிடம் அன்பாகப்பேசிய ஒருவரைக் கூட சந்தித்ததில்லை.

பள்ளி இறுதி முடித்ததும் பலருடைய உதவியுடன் எர்ணாகுளம் மகாராஜா கல்லூரியில் பட்டப்படிப்புக்குச் சேர்ந்தார். பல சிறு பகுதிநேர வேலைகளைச் செய்து படிப்பை முடித்தபின் திருவனந்தபுரம் மருத்துவக்கல்லூரியில் ஆய்வக உதவியாளர் படிப்பை முடித்தார். அலோபதி மருத்துவர் ஒருவரிடம் உதவியாளராகச் சேர்ந்தார். அதன்பின் அரசு மருத்துவமனையில் அவருக்கு மருத்துவ உதவியாளர் வேலை கிடைத்தது. மூன்றுவேளைச் சாப்பாடும் அழுக்கில்லாத வேட்டியும் ஒழுகாத உறைவிடமும் வாய்த்தது. லோகி அந்தரங்கமாக ஒரு கவிஞர். ஆனால் நெருக்கமான நண்பர்களிடம் கூட தன் கவிதைகளைக் காட்டியதில்லை. கவிதைகளை அவர் தன்னைத்தானே ஆற்றிக்கொள்வதற்கான ஒரு வழியாகவே கண்டிருந்தார்.

அக்காலத்தில் லோகி வெறிபிடித்த இலக்கிய வாசகர். கதைகள் கவிதைகள் என எழுதிக்குவித்தார். சிறுகதைகள் தொடர்ந்து பிரசுரமாயின என்றாலும் அவை அங்கீகாரம் பெறவில்லை. அப்போது தற்செயலாக அவருக்கு தொழில்முறை நாடகக் குழுக்களுடன் உறவு ஏற்பட்டது. இரவுபகலாக அவர்களுடன் சுற்ற ஆரம்பித்தார். இலக்கிய சர்ச்சைகள், இசை மாலைகள், நாடக ஒத்திகைகள். தன்னுடைய கதைகளும் கவிதைகளும் முக்கியமானவை அல்ல என்று லோகி உணர்ந்தார். நாடகம்தான் தன்னுடைய இடம் என்று புரிந்துகொண்டார். கேரள கம்யூனிஸ்டுக் கட்சியின் முக அடையாளமாக விளங்கிய கேரளா பீப்பிள் ஆர்ட்ஸ் கிளப் (கே.பி.ஏ.சி) தோப்பில் ஃபாசியால் நடத்தப் பட்டது. அதில் சேர்ந்து பணியாற்றினார்.

கேபிஏசிக்காக 1986 ல் லோகி அவரது முதல் நாடகத்தை எழுதினார். 'சிந்து சாந்தமாய் ஒழுகுந்நு' என்ற அந்த நாடகம் அவரை ஒரு முக்கிய மான நாடக ஆசிரியராக ஆக்கியது. அதற்கு கேரள அரசின் விருதும் கிடைத்தது. அந்நாடகத்தில் நடித்தவர் நடிகர் திலகன். பலர் நினைப்பது போல லோகி நிறைய நாடகங்களை எழுதவில்லை. 'ஓடுவில் வந்த அதிதி', 'ஸ்வப்னம் விதச்சவர்' என்ற மூன்று நாடகங்கள் மட்டுமே எழுதினார்.

சிபி மலையில் அப்போது ஒரு கவனிக்கத்தக்க சினிமா இயக்குநராக வெளிவந்திருந்தார். அவரது 'முத்தாரம்குந்நு பிஹு' என்ற படம் கலைத் தரமான ஒரு முயற்சி என்று சொல்லப்பட்டது, ஆனால் கவனிக்கப்பட வில்லை. அடுத்த படத்தை ஆரம்பித்து கொஞ்சநாள் படப்பிடிப்பும் நடத்தி திருப்தி இல்லாமல் இருக்கும்போதுதான் திலகன் அவருக்கு பிடித்தமான 'தனியாவர்த்தனம்' என்ற நாடகத்தைப் பற்றிச் சொன்னார். லோகி சிபிமலையிலை பார்க்க நாடகப்பிரதியுடன் சென்றார்.

வேட்டியும் சட்டையும் அணிந்து மென்தாடியுடன் வந்த அவர்மேல் சிபிக்கு நம்பிக்கை வரவில்லை. ஏற்கனவே அங்கே ஏதோ விவாதம் நடந்து கொண்டிருந்தது. அப்போது முக்கியமான நட்சத்திரமாக இருந்த மம்மூட்டி இருந்தார். மம்மூட்டி லோகியிடம் 'எந்தாடோ?' என்று கேட்டார். திரைக்கதை கையில் இருப்பதைச் சொன்னதும் 'கொண்டா' என்று வாங்கி வாசிக்க ஆரம்பித்தார். பீடி பிடித்துக் கொண்டு அலட்சிய மாக வாசித்த மம்மூட்டி சட்டென்று நிமிர்ந்து மரியாதையுடன் 'தான் இரிக்கூ...' என்று நாற்காலி போட்டு அமரச்செய்தார்.

கேரளத்தை உலுக்கியது 1987ல் வெளிவந்த 'தனியாவர்த்தனம்'. மம்மூட்டியின் திரைவாழ்க்கையில் ஒரு பெரும் திருப்புமுனையாக அமைந்தது. எம்டிக்கும் பத்மராஜனுக்கும் பின்னர் ஒரு நட்சத்திரம் திரைக்கதையுலகில் உருவாகிவிட்டதென விமரிசகர்கள் உணர்ந்தார்கள். அதன்பின்னர் லோகி வெற்றிகளையே கண்டுகொண்டிருந்தார். மம்மூட்டிக்கும் மோகன்லாலுக்கும் திலகனுக்கும் அவர்களின் நடிப்புத்திறனின் எல்லா தளங்களையும் வெளிப்படுத்தும் அற்புதமான கதாபாத்திரங்களை அவர் உருவாக்கி அளித்தார்.

அங்கீகாரத்தின் புகழின் உச்சிக்கு வந்துசேர்ந்தார் லோகி. அதன் பின் கீழே இறங்கவே இல்லை. மலையாளத்திரையில் லோகி அளவுக்கு தொடர் வணிகவெற்றிகளைச் சாதித்த திரைக்கதை நிபுணர் குறைவு. லோகி-சிபி கூட்டில் வந்த படங்களில் பல மலையாளத்திரையின் ஆகச்சிறந்த கலைவெற்றிகளின் பட்டியலில் சேர்பவை. பரதனுக்காக லோகி எழுதிய அமரம், வெங்கலம் போன்ற படங்கள் கலைரீதியாகவும் வணிகரீதியாகவும் பெரும் வெற்றி பெற்றவை. மலையாள மனத்தில் அந்தரங்கமான கண்ணீராக தேங்கி நிற்கும் பல அழியாத கதாபாத்திரங் களை லோகி உருவாக்கினார்.

ஜூன் 28 ஆம் தேதி லோகி எர்ணாகுளத்தில் மரணமடைந்தபோது அங்கே கூடிய பல்லாயிரம்பேர் கேரள மனத்தில் அவரது இடமென்ன என்று காட்டினார்கள். அதன்பின் திரிச்சூர் கேரள சாகித்ய அகாடமி அரங்கில் அவர் உடல் பார்வைக்கு வைக்கப்பட்டபோதும் பல்லாயிரம் பேர் அவரைக் காண கண்ணீருடன் திரண்டு வந்தார்கள். மறுநாள் பாலக்காட்டில் லக்கிடியில் அவரது பிரியமான பண்ணைவீட்டுக்கு முன்வைக்கப்பட்டபோதும் மக்கள் வந்தபடியே இருந்தார்கள். ஓர் அரசியல் தலைவருக்கு, ஒரு மதத்தலைவருக்கு பிற இடங்களில் கிடைக்கும் மக்கள் அங்கீகாரம் அது.

அவரது மரணச்செய்தியை நான் அவர் இறந்து அரைமணி நேரத்தில் அறிந்துகொண்டேன். உடனேயே கிளம்பினேன். பேருந்தில்

திருவனந்தபுரம் சென்று அங்கிருந்து எர்ணாகுளம் சென்றேன். மோசமான சாலை. மோசமான பேருந்து. என் கழுத்துவலி எகிறியது. அதைவிட பேருந்தின் தனிமையில் லோகியின் நினைவுகள் வந்து வந்து மொய்த்து வதைத்தன. இறந்துபோனவர்கள் விட்டுச்செல்லும் புன்னகைகளும் பார்வைகளும் திடீரென்று மிகமிக அர்த்தம் பொருந்தியவை ஆகிவிடுகின்றன.

நான் லோகியின் உதவியாளர் மனோஜைக் கூப்பிட்டபோது எர்ணாகுளம் அருகே அவரது இல்லத்தில்தான் இறுதிச்சடங்குகள் என்றார். ஆனால் கொஞ்ச நேரம் கழித்து எங்கோ தான் லக்கிடி இல்லத்தில் சாகவிரும்புவதாக லோகி சொல்லியிருக்கிறார் என்பத நால் அங்கே செல்வதாகச் சொன்னார். நான் நள்ளிரவு பன்னிரண்டரை மணிக்கு திரிச்சூர் வந்தேன். பதினொரு மணிக்கு லோகியை சாகித்ய அகாடமி அரங்கில் இருந்து லக்கிடிக்குக் கொண்டுசென்றிருந்தார்கள். நான் பாலக்காட்டுக்கு இரவு இரண்டரை மணிக்கு சென்றுசேர்ந்தேன்.

அங்கே ஒரு விடுதியில் இரவு தங்கினேன். காலையில் கோவையில் இருந்து ஷாஜியும் விநியோகஸ்தர் கேசவனும் வந்தார்கள். காரிலேயே லக்கிடி சென்றோம். செல்லும் வழியெங்கும் மக்கள். குழந்தைகளை தூக்கிக் கொண்டு பெண்கள். இளைஞர்கள், பாட்டிகள். லோகிக்கு ஒரு குணம் உண்டு. அவர் ஒருபோதும் சினிமாக்காரராக ஒதுங்கி வாழ்ந்தவர் அல்ல. சர்வசாதாரணமாக தெருவில் நடந்துசெல்வார். டீக்கடைகளில் சாப்பிடுவார். திருவிழாக்களுக்கு போவார். கதகளியோ நாடகமோ பார்க்க மணலில் போய் அமர்ந்துகொள்வார்.

வழியில் அவரைப் பார்ப்பவர்கள் அவரிடம் செல் நம்பர் கேட்பார்கள். யார் கேட்டாலும் கொடுத்துவிடுவார். யார் கூப்பிட்டாலும் பேசுவார். யார் வந்தாலும் பார்ப்பார். அவரது நேரத்தில் பெரும்பகுதி இதற்கே செலவழிந்தது. இது தவறு என நான் பலமுறை சொல்லியிருக்கிறேன். 'என்னால் யாரையும் புறக்கணிக்க முடியாது' என்பார் லோகி. சல்லி விஷயத்துக்கெல்லாம் அவரைக் கூப்பிட்டு மணிக்கணக்காக பேசுபவர் களைப் பார்த்திருக்கிறேன். வீட்டில் வைத்த குழம்பை பாத்திரத்தில் எடுத்துக்கொண்டு அவரைப் பார்க்க வருவார்கள். லோகிக்கு அந்தரங்க நேரம் என்பதே இல்லை என்ற நிலையை உருவாக்கிவிட்டிருந்தார்கள்.

கடைசிநாட்களில் லோகி ஒருவாரத்தில் சராசரியாக பத்து நிகழ்ச்சிகளில் பங்குகொண்டிருந்தார். சிலநாட்களில் ஒரு பகலில் மூன்று நிகழ்ச்சிகள். அவரது சிக்கலே அவரால் எவரையுமே ஏமாற்றத்துக்கு ஆளாக்க முடியாது, எவரையுமே புறக்கணிக்க முடியாது என்பதுதான். அவர் எவர்மீதும் கோபப்பட்டதில்லை. உதவியாளர் மேல் கடும் கோபம் வந்தால் மெல்லிய குரலில் 'கழுதை' என்பார். வசைபாடுவது கண்டிப்பது

எல்லாம் அவர் அறியாதது. மென்மையானவர் என்பதனாலேயே அவர் உணர்வுரீதியாகச் சுரண்டப்பட்டாரோ என்ற எண்ணம் ஏற்படுகிறது.

பெருங்கூட்டத்தில் இடிபட்டு நசுக்குண்டு உள்ளே சென்றோம். எங்களுக்கு அந்தக் கட்டடத்தின் அமைப்பு தெரியும் என்பதனாலேயே பின்பக்கம் வழியாகச் சென்று கண்மூடிப் படுத்திருந்த லோகியை ஒரு கணம் மட்டும் பார்த்துவிட்டு விலகிச்சென்றோம். அவருக்கு அருகி லேயே சிதை மூட்டப்பட்டுக்கொண்டிருந்தது. சினிமா பிரமுகர்களாக வந்துகொண்டிருந்தார்கள். யார் யாரோ அழுது கொண்டிருந்தார்கள்.

மீரா கதிரவன் அருகே நின்று கண்ணீர் விட்டு குலுங்கி குலுங்கி அழுதார். கஸ்தூரிமானை தமிழில் எடுக்க ஆரம்பிக்கும்போது மலையாளம் தெரிந்த உதவியாளர் வேண்டும் என்பதற்காக மீரா கதிரவன் சேர்த்துக்கொள்ளப்பட்டார். லோகிக்கு அவர் மேல் அபாரமான பிரியமும் மிகுந்த நம்பிக்கையும் இருந்தது. அவரை கதை விவாதம் முதல் போஸ்டர் டிசைன் வரை அனைத்திலும் ஈடுபடுத்தி னார். உதவியாளரைப் போலன்றி ஆசிரியரைப்போல அவரை பயிற்று வித்தார். மீராகதிரவன் இப்போது 'அவள்பெயர் தமிழரசி' என்ற படத்தை இயக்கி முடித்திருக்கிறார்.

லோகிக்காக கூடிய கூட்டம் ஆச்சரியப்படுத்தவில்லை. அவர் மக்களின் கலைஞன், எல்லா வகையிலும். அவர் எளிய மக்களிடையே சாதாரண மான ஒருவராக வாழ்ந்தார். அவர்களைப்பற்றி எழுதினார். அவர்களை சிரிக்கவும் அழுவும் வைத்தார். அவர்கள் நடுவேதான் அவர் எரிந்து சாம்பலாகவேண்டும்.

இ. ரசிகன்

லோகிக்கு சின்னவயசு நெல்சன் மண்டேலாவின் சாயல் கொஞ்சம் உண்டு. ஆனால் லோகி நல்ல கறுப்பு இல்லை. மாநிறம் என்றே சொல்லிவிடலாம். சுருண்ட கூந்தலை தோளில் புரளவிட்டிருப்பார். அவரது கழுத்து குறுகியது, தடித்தது. பின்பக்கம் பிடரிமயிரும் முன்பக்கம் தாடியும் அதை மறைத்துவிடும். குள்ளமானவர். தொப்பை உண்டு. ஆனால் சுறுசுறுப்பான உடலசைவுகள்.

காலையிலேயே எழுந்து நடக்கச்செல்லும் வழக்கம் அவருக்கு இருந்தது. லக்கிடியில் என்றால் கிராமச்சாலைகளில் நெடுந்தொலைவு செல்வார். ஏதாவது ஒரு டீக்கடையில் புகுந்து டீ குடிப்பார். அங்கேயே மாத்ருபூமியும் மலையாள மனோரமாவும் படிப்பார். 'நாட்டு

வர்த்தமானம்' பேசிக்கொண்டிருப்பதும் உண்டு. புட்டோ ஆப்பமோ மணமாக இருக்குமென்றால் உணர்ச்சிவசப்பட்டு சாப்பிட்டுவிடுவார்.

லோகிக்கு சாப்பாடு மிகமிகப் பிடிக்கும். நல்ல சாப்பாட்டுக்காக காரை எடுத்துக்கொண்டு ஐம்பது கிலோமீட்டர்தூரம் பயணம் செய்யவும் தயங்கமாட்டார். தலைச்சேரியில் ஒரு ஓட்டலில் சாப்பிடுவதற்காக கண்ணனூரில் இருந்து காரில் வந்துசெல்லத் துணிபவர் அவர். சாப்பாடு என்பதும்கூட லோகிக்கு வாழ்க்கைமேல் இருந்த அபாரமான பிரியத்தின் அடையாளம்தான்.

'சாப்பாடும் காமமும்தான் மனுஷஜென்மத்துக்கு அடிப்படையான சந்தோஷம். ஏன் என்றால் மனித உடல் அன்னம். ஜடப்பிரபஞ்சம் அன்னத்தால் ஆனது. அன்னம் அன்னத்தை விரும்புகிறது. 'உதாத்தம்' என்று சொல்லக்கூடிய விஷயங்கள் எல்லாம் இந்த அடிப்படை சந்தோஷத்தில் இருந்து உருவாக வேண்டும். இந்த சந்தோஷம் இருந்தால்தான் இதில் இருந்து மேலே செல்லமுடியும்...'

லோகிக்கு கேரள உணவுதான் இஷ்டம். கரிமீன் பொரித்தது அவருக்குப் பிடிக்கும். கேரளத்தில் கடலோர நன்னீரில் வளரும் இந்த மீன் அரசிலை மாதிரி இருக்கும். சப்பையானது. கத்தரிவைத்து ஓரங்களை வெட்டி விட்டு தகடாகப் பொரித்தெடுக்க வேண்டும். ரம்முக்கு கரிமீன் மாதிரி ஜோடி இல்லை என்பார் லோகி. விஸ்கிக்கு ஆட்டுக்கறி. பீருக்கு முந்திரிப்பருப்பு.

நன்றாக வற்றல்மிளகாய் போட்டு வற்றச்செய்த அயலைக் கறி. நெய் மிதக்கும் மத்திச்சாளைக்குழம்பு. கேரளத்துச் சிவந்த கொட்டை அரிசிச் சோற்றில் அதைப்பிசைந்து சாப்பிடவேண்டும். லோகி சிக்கன், பீஃப் இரண்டும் சாப்பிட மாட்டார். அவர் ஒரு ஆட்டுக்கறிப் பிரியர். பன்றிக் கறியும் பிடிக்கும். 'ஆயுர்வேத விதிப்பிரகாரம் குளம்பு உள்ள, புல்மேயக்கூடிய மிருகங்களை மட்டும்தான் சாப்பிடவேண்டும். பறவைகளை சாப்பிடுவது தவறு... எந்தக் கறி நெடுக்குவாட்டில் பிரிகிறதோ அது குடலுக்கு கெடுதல்...'

லோகிக்கு ஏகப்பட்ட ஆயுர்வேத நண்பர்கள். அவர்களின் பேச்சில் அவருக்கு தேவையானதை மட்டும் அன்னப்பறவை போல பிரித்து வைத்துக்கொள்வார். அவ்வப்போது எடுத்துவிடுவார். 'லோகி, ஆயுர்வேத விதிப்படி உடல் உழைப்பு உள்ள சத்ரியனும் சூத்ரனும் மட்டும்தானே இறைச்சி உண்ணலாம். நீங்கள் மூளை உழைப்பு உழைப்பதனால் பிராமணன் அல்லவா?' என்றால் 'அதெல்லாம் சும்மா... நான் சூத்திரன் கூட இல்லை' என்று தப்பித்து விடுவார்.

மொத்தத்தில் லோகி சுகவாசி. சுகமாக இருப்பதற்கான கொள்கைகள் கோட்பாடுகள் நம்பிக்கைகள். ஆட்டிறைச்சியை காலையில் ஆப்பத் துக்கும் மதியம் சோற்றுக்கும் இரவு பரோட்டாவுக்கும் தொடர்ந்து சாப்பிடுவதில் கூச்சமில்லை. கருவாட்டை உப்பு மிளகு புளி போட்டு இடித்துத் தூளாக்கிய பொடி ஒரு புட்டியில் இருக்கும். அதை சாதத் துக்குப் போட்டுக் கொள்வார். சிலசமயம் இடுக்கி பகுதி நண்பர்கள் உப்புக்கண்டம் இறைச்சி கொண்டுவந்து கொடுப்பார்கள். அது கன்னங் கரேலென உறுதியாக இருக்கும். லோகி அதை நீராவியில் வேகவைத்து மென்மையாக்கி சீவிப் போட்டு குழம்பு வைப்பார்.

லோகி நல்ல சமையல்காரர். 'நல்ல சமையல் செய்யத் தெரியாவிட்டால் கலைமனசு இருக்காது. நாக்கு சரஸ்வதி. ருசி என்பது சரஸ்வதி உபாசனை' லோகியின் சொந்தக் கோட்பாடு இது. பச்சைப் பப்படத்தை கத்தியால் வெட்டிப்போட்டு வற்றல்துளுடன் எண்ணெய்ச் சொட்டு விட்டு சிவக்க வறுத்து ஓர் அவசரப் பொரியல் செய்வார் லோகி. ஜிர்ரென்று இருக்கும். குடிக்கு தொட்டுக்கொள்ள அவசரத்துக்குக் கைகொடுக்கும்.

சென்னையில் இருக்கும்போது அவருக்கு குமரகம் பிடித்தமான ஓட்டல். சில சமயம் காயல் ஓட்டலுக்கும் செல்வார். அவருக்கு நட்சத்திர ஓட்டல்கள் பிடிக்காது. பம்பே முறையை லோகி மனமார வெறுத்தார். 'பிச்சைக்காரங்க சாப்புடுற மாதிரி...' என்பார். அவருக்கு பொதுவாக சைவ உணவு மீது பெரிய ஈடுபாடு இல்லை. சிற்றுண்டி என்றால் கூட புட்டு-மீன்குழம்பு, வெள்ளையப்பம்- முட்டைக்கறி, பத்திரி-பாயா தான். ஆனால் பாலடைப்பிரதமன் என்று சொல்லப்படும் நடுக்கேரளப் பாயசம் பிடிக்கும். பாலில் வெல்லம்போட்டு செய்யப்படும் பாயச வகை அது.

லோகி எப்போதுமே சம்பிரதாயமான உடைகளை அணிவதில்லை. அழுத்தமான நிறத்தில் உடையணிவார். பரதன் லோகியின் மனதில் ஒரு ரகசிய வழிபாட்டுக்குரிய ஆளுமையாக இருந்தார். பரதனைப் போலவே தொப்பியும் தாடியும் வைத்துக்கொண்டு அவரைப்போலவே உடைகளும் அணிவார். இயக்குநர் ஆனதும் பரதனைப்போல நடக்கவும் பேசவும் முயன்றார். காரில் அவர் சென்றபோது கிராமத்தில் யாரோ 'பரதன் போறார்டா' என்று சொன்னதை தேசியவிருது கிடைத்தது போல எடுத்துக்கொண்டார். பரதனைப்போலவே செட்டில் தலையில் துணியைக் கட்டிக்கொள்வதும் உண்டு.

லோகி மூகாம்பிகை பக்தர். அவரைப்போன்ற உணர்ச்சிகரமான ஒருவர் பக்திக்குள் செல்லாமல் இருந்தால்தான் ஆச்சரியம். அவர் கே.பி.ஏ.சி தொடர்பில் இருந்தபோது நாத்திகராகவே இருந்தார். ஒருமுறை நண்பர்

குழு ஒரு வேன்பிடித்து சபரிமலைக்குச் சென்றார்கள். எல்லாருமே தாடிக்காரர்கள். ஆகவே ஒன்றும் பிரச்சினை இல்லை. போகிற வழியிலேயே மாலை போட்டுக்கொண்டார்கள். வழியெங்கும் குடி. தொட்டுக்கொள்ள மாட்டுக் கறி. கள்ளுஷாப்புகள் வழியாகச் சென்ற அந்த தீர்த்தாடனம் பம்பையை அடைந்தது. ஒரு லார்ஜ் 'வீசி' விட்டு லோகி சபரிமலை 'சவிட்டி' ஏற ஆரம்பித்தார்.

எங்கும் சரண கோஷம். பக்தி. லோகியின் கண்கள் பொங்கி வழிய ஆரம்பித்தன. மனம் உடைந்து அய்யப்பனை கூவி அழைத்தபடி இரவெல்லாம் மலை ஏறினார். மறுநாள் காலை பதினெட்டுப் படி ஏறி அய்யப்பன் முன் நின்றபோது அங்கே உண்மையான ஒரு மனித உருவம் இருப்பது போன்ற பிரமைக்கு லோகி ஆளானார். அய்யப்பன் அவரை கண்ணோடு கண் நோக்கி புன்னகைப்பதுபோல. பின்னர் அவருக்கு அதே அனுபவம் குருவாயூரிலும் மூகாம்பிகையிலும் நிகழ்ந்ததாகச் சொல்வார். லோகி அய்யப்பன் மோதிரம், மூகாம்பிகை டாலர் போட்ட பளிங்கு மாலை, குருவாயூர் டாலர் போட்ட முத்துமாலை ஆகியவற்றை எப்போதும் அணிந்திருப்பார். படுக்கும்போது எல்லாவற்றையும் கழற்றிவிட்டு கூந்தலையும் சிறிய கொண்டையாக பின்னால் கட்டி வைத்துக்கொள்வார்.

லோகி ஏசுதாசின் விசிறி. தாஸேட்டன் என்பார். இசையமைப்பாளர் களில் தேவராஜன் மாஸ்டர். அவரை 'மாஷ்' என்பார். மாஷ்உம் தாஸேட்டனும் சேர்ந்தால் அது கண்டிப்பாக கிளாசிக் பாட்டு என்று சொல்வார். கர்நாடக சங்கீதம் பிடிக்கும். அவருக்கு பிடித்த பாடகர் சாலக்குடி நாராயணசாமி. காரணம், அவரது சொந்த ஊர்க்காரர் என்பது தான். 'அப்படி இல்லை. ஸ்வாமியின் அந்த பாவம் வேறு யாருக்குமே வரவில்லை. எம்.டி.ராமநாதனுக்குக் கூட வரவில்லை...' ஆனால் லோகி எம்டி.ராமநாதனையோ பிறரையோ போதிய அளவு கேட்ட வரல்ல. அவருக்கு கருவி இசை கேட்கும் பொறுமை கிடையாது.

லோகிக்கு நடிகர்களில் சத்யனைப் பிடிக்கும். வட இந்திய நடிகர்களில் சஞ்சீவ்குமாரைப் பிடிக்கும். பின்னர் வந்த நடிகர்களான நஸிருதீன் ஷா, ஓம் புரி போன்றவர்கள் நடித்த பெரும்பாலும் எந்தப்படத்தையும் அவர் பார்த்தது இல்லை. தமிழில் கமலஹாசனை மிகவும் பிடிக்கும். கமலை நடிக்கவைத்து ஒரு நல்ல படம் செய்யும் கனவு இருந்தது. பல திட்டங்களும் தொடங்கப்பட்டன, அவை நடக்கவில்லை. ரஜினிகாந்த் நல்ல நடிகர் என்று லோகி அடிக்கடி சொல்வார். ஆட்டோக்காரர் பாஷாவாக மாறும் மாற்றத்தை நல்ல நடிகர்தான் நடித்துக்காட்ட முடியும் என்பார். ஆனால் லோகிக்கு சிவாஜி மேல் உயர் அபிப்பிராயம் இல்லை.

மலையாள நடிகர்களில் மோகன்லால், மம்மூட்டி இருவருமே பெரும் நடிகர்கள் என லோகி சொல்வார். ஆனால் மம்மூட்டி ஒருபடி மேல் என்பார். மோகன்லால் குரலில் சில விஷயங்களைக் கொண்டு வரமுடியாது. மோகன்லாலின் கண்கள் உணர்ச்சியுடன் மாறும், அந்த அளவுக்கு அவர் குரல் மாறுபடாது என்பார். குணசித்திர நடிகர்களில் திலகனும் நெடுமுடியும் இணையான பெரும் நடிகர்கள். ஆனால் திலகனைவிட நெடுமுடி ஒரு படி மேல். திலகன் தன் உடல்மொழியை அதிகமாக மாற்றிக்கொள்ள முடியாது என்பார்.

மலையாள திரைக்கதை ஆசிரியர்களில் லோகிக்குப் பிரியமானவர்கள் தோப்பில் பாசியும் பத்மராஜனும்தான். எம்.டி வாசுதேவன்நாயர் ஒரு மேதை என்று லோகி சொன்னாலும் எம்டி உருவாக்கிய கதா பாத்திரங்கள் எல்லாமே கொஞ்சம் செயற்கையானவை, வாழ்க்கையில் இல்லாதவை என்று அவர் எண்ணினார். பத்மராஜன்தான் லோகிக்கு முன்னுதாரணம். கிராமத்துத் திருடனையும் தவளை பிடிப்பவனையும் எல்லாம் கதைக்குள் கொண்டுவந்த சினிமாக் கதைசொல்லி.

லோகியின் பல கதைகளின் வேர் பத்மராஜனில் இருக்கும். கிரீடம் உண்மையில் பத்மராஜனின் 'பெருவழியம்பலம்' என்ற கதையின் சாயல் கொண்டது. அதில் ஒரு பெரிய கேடியை சிறுவன் தற்செயலாகக் கொன்றுவிடுகிறான். அவனை கேடியாக ஆக்குகிறது கிராமம். அவன் அதில் இருந்து தப்பி ஓடுகிறான். (மீரா கதிரவன் மொழியாக்கத்தில் இது தமிழில் வெளிவந்திருக்கிறது. கனவுப்பட்டறை வெளியீடு.)

லோகிக்குப் பிடித்த மலையாள எழுத்தாளர் மாதவிக்குட்டிதான். அதன்பின் உறூப். இருவருமே லோகியின் மனம் ஈடுபட்டிருந்த மத்திய கேரளத்தின் கதைசொல்லிகள். எளிமையையும் கவித்துவத்தையும் அடைய முயன்றவர்கள். சென்ற நூறு வருடத்தில் கேரளத்தில் உருவான முதன்மையான ஆளுமை யார் என்ற ஒரு இதழாளரின் கேள்விக்கு லோகி மாதவிக்குட்டி என்று பதில் சொல்லியிருந்தார். நன்றாக 'மூத்து இறுகிய' பாலடைப்பிரதன் போன்றது மாதவிக்குட்டியின் நடை என்பார் லோகி. மலையாளத்தில் அவருக்குப் பிடித்த நாவல் உறூபின் 'சுந்தரிகளும் சுந்தரன்மாரும்' (தமிழில் நேஷனல் புக் டிரஸ்ட் வெளியீடு. சி.ஏ.பாலன் மொழியாக்கம்.)

பின்னாளில் லோகி அதிகம் வாசிக்கவில்லை. 'பஞ்சஸார' (சீனி) என்று அவர் சொல்லும் பெண்கொஞ்சல்களே அவரது நேரத்தில் பெரும் பகுதியை எடுத்துக்கொண்டன. செல்ஃபோனை காதோடு அணைத்து கனத்த குரலில் மெல்ல மெல்ல பேசியபடி சிரித்த முகத்துடன் மார்பை வருடிக்கொண்டோ தாடியை நீவிக்கொண்டோ படுக்கையில் கிடக்கும் லோகியின் முகமே மனத்தில் நீடிக்கிறது. 'செல்ஃபோன் இந்த

நூற்றாண்டின் மிகப்பெரிய கண்டுபிடிப்பு. அது மனித உறவுகளையே மாற்றி அமைத்துவிட்டது' என்று லோகி சீரியஸாகவே சொன்னார்.

காம சாஸ்திரம் காமத்தின் முக்கியமான அம்சமாக 'மந்த்ரணம்' என்ற விஷயத்தைச் சொல்கிறது. பெண்ணின் காதருகே ஆண் மெல்லிய குரலில் காமத்தைத் தூண்டும்படியாகப் பேசுவது அது. அது பெண்களுக்கு மிகமிக முக்கியமானது. உடலுறவை விடவும் கூட முக்கியமானது என்பார் லோகி. செல்ஃபோன் வழியாக மந்த்ரணம் நடத்துவதைப்போல வேறு எப்படியும் நடத்த முடியாது. பெண் கதவைச் சாத்திக்கொண்டு மிக அந்தரங்கமாக இருக்கலாம். பேசும் ஆண்கூட அவளைப் பார்ப்பதில்லை என்பதனால் அவள் இன்னும் அந்தரங்கமாக இருக்கலாம். செல்ஃபோனால் அவள் காதுக்குள் புகுந்து அத்தனை நுட்பமாகப் பேசமுடியும். 'நேரிடையாக அவள் ஆத்மாவுக்குள் நுழையமுடியும்..'

லோகிக்கு எல்லா பெண்களையும் பிடிக்கும். 'சுந்தரி அல்லாத பெண்ணே உலகத்தில் இல்லை' மறைந்த நாடக ஆசிரியர் என்.என்.பிள்ளையின் பொன்மொழி. லோகி அதை அடிக்கடி சொல்வார். ஆனால் அவரது தனிப்பட்ட ரசனை, அவரைவிட உயரம் குறைவான சிறுமித்தனம் மிக்க சிவப்பான பெண்தான் – ஆமாம், நீங்கள் நினைப்பது சரிதான்.

லோகி அதிகம் சினிமா பார்ப்பதில்லை என்று சொன்னால் நம்பக் கஷ்டம்தான். எப்போதுமே அவர் அதிக படம் பார்த்தவர் அல்ல. சிறுவயதில் அவருக்கு வாசிப்புதான் முதல் ஈடுபாடு. பின்னர் நாடகம். சினிமாவுக்கு வந்தபின்னர் அவர் சினிமா பார்த்தது குறைவு. என்ன பொதுப்போக்கு போய்க்கொண்டிருக்கிறது என்று தெரிந்துகொள்ள அவ்வப்போது ஓடும் படங்களைப் பார்ப்பார். கணிசமான படங்களில் லோகி பாதியிலேயே தூங்கிவிடுவார். பலமுறை நான் அவருடன் படம் பார்க்கச் சென்றிருக்கிறேன். இடைவேளைக்குப்பின் அருகே நல்ல குறட்டை ஒலிக்கும்.

இந்நூற்றாண்டின் மகத்தான படங்கள் என்று சொல்லப்படும் உலக சினிமாக்களில் அனேகமாக எதையுமே லோகி பார்த்திருக்கவில்லை. ஆர்வமில்லை. ஒருமுறை ஷாஜி குருதத்தின் அத்தனைபடங்களும் அடங்கிய ஒரு செட் வாங்கி லோகிக்கு அன்பளிப்பாக அளித்தார். லோகி அதைப் பிரிக்காமலேயே ஆறுமாதம் கழித்து மீரா ஜாஸ்மினுக்கு அன்பளிப்பாக அளித்துவிட்டார். லோகி ஈடுபட்டது நேரடி வாழ்க்கையில். அதில் இருந்து அவர் தன் படங்களை உருவாக்கினார்.

'ரசிகன்' என்ற சொல்லுக்கு மலையாளத்தில் மூன்று பொருள். நகைச் சுவை உணர்ச்சி கொண்டவன், ரசனை கொண்டவன், மிகச்சிறந்தது.

மூன்றுமே ஒன்றுதான் என்பார் லோகி. ரசம் என்றால் சாராம்சம். சாறு. அதை உண்பவன் ரசிகன். இந்த பூமி ஒரு ஆரஞ்சுப்பழம். அதை அப்படியே பிழிந்தால் வரக்கூடிய ரசம் இருக்கிறதே அதைக் குடித்த படியே வாழக்கூடியவன்தான் ரசிகன்..' லோகி சொல்வதுண்டு. லோகி நான் கண்ட மிகச்சிறந்த ரசிகன்.

ஈ. தனியன்

2003 டிசம்பரில் லோகிதா தாஸ் எனக்கு முதல்முறையாக ஃபோன் செய்தார். 'என்பெயர் லோகிததாஸ்' என்றார். 'நான் மலையாள சினிமாவுக்கு கதை எழுதுகிறேன்... டைரக்ட் செய்வேன்...' எனக்கு ஆச்சரியமாக இருந்தது. எனக்கு அப்போது சினிமாவுடன் அதிகமான தொடர்பு ஏதும் இல்லை. வசந்த் எனக்கு தெரிந்தவர். அழகம்பெருமாள் ஊர்க்காரர். அவ்வளவுதான். 'நாம் சந்திக்க முடியுமா?' என்றார் லோகி. 'கண்டிப்பாக' என்றேன். 'அடுத்தவாரம் திருவனந்தபுரம் வருவேன் அப்போது சந்திக்கலாம்' என்றார். நானே திருவனந்தபுரம் வருகிறேன் என்றேன்.

திருவனந்தபுரத்துக்கு நான் சென்றேன். லோகி அங்கே ஆர்யாஸ் ஓட்டலில் தங்கியிருந்தார். நான் தொலைபேசியில் பேசியபின் நேரில் பார்க்கச் சென்றேன். லோகியை சந்தித்ததும் நான் துணைக்கு யாரும் இல்லையா என்றேன். 'உண்டாய்ருந்து' என்று சொல்லி பயங்கரமாகச் சிரித்தார். அந்தச் சிரிப்பிலேயே எங்களுக்கு இடையே எந்தத் திரையும் இல்லாமல் ஆகியது. ரகசியங்கள் இல்லாத மனிதர் லோகி. காழ்ப்புகள், கோபங்கள், கணக்குக்கூட்டல்கள் இல்லாத நேரடியான மனிதர். அப்படியே தன்னை நம் முன் திறந்து வைப்பவர்.

அவரைச் சந்திக்க எனக்கு ஒரு சின்ன தயக்கம் இருந்தது, சினிமாக்காரர் என்று. அதேசமயம் லோகி என் மனம் கவர்ந்த பெரிய எழுத்தாளர். அந்த ஆர்வமும் உந்தியது. 1987 ல் நான் காஸர்கோட்டில் இருக்கும் போது என் நண்பன் பிரதீப் ஒருநாள் சொன்னான், 'டேய் ஒரு படம் வந்திருக்குடா... படம்னா அது படம். அது ஒருமாதிரி பித்து பிடிக்க வச்சிடுது... தாங்கமுடியாத படம்...' அது தனியாவர்த்தனம். நான் மறுநாள் போகலாம் என்று பிரதீப்பை அழைத்தேன். 'அய்யோ அதை இன்னொருதடவை பார்ப்பதா? நினைத்தே பார்க்க முடியவில்லை' என்றான்.

காஸர்கோட்டில் திரையரங்கில் அமர்ந்து நான் அந்தப்படத்தைப் பார்த்து கண்ணீர் விட்டேன். இருபத்து மூன்று வருடம் கழித்து இன்றுகூட பாலன் மாஸ்டரை நினைக்கும்போது நெஞ்சு பதறுகிறது.

மூத்த மகனுக்கு பைத்தியம் இருக்கும் என்று சாபம் உள்ள ஒரு புராதன குடும்பம். மூடநம்பிக்கைகள் ஆட்சி செய்யும் மனங்கள். பைத்தியமாக சங்கிலிக் கட்டில் கிடக்கும் மூத்த மாமன் ஒருநாள் மருமகன் பாலன் மாஸ்டரிடம் தன் கட்டை அவிழ்த்துவிடும்படி சொல்லி மன்றாட பாலன் அவிழ்த்துவிடுகிறார். மாமன் குளத்தில் குதித்து தற்கொலை செய்துகொள்கிறார்.

அந்தக் குற்ற உணர்ச்சியால் கொஞ்சம் பயப்படும் பாலன் மாஸ்டரை அடுத்த பைத்தியமாக ஆக்குகிறது குடும்பம். அவர் மேலுள்ள பேரன்பினாலேயே அவரை ஊரெங்கும் வைத்தியம் மந்திரவாதம் என்றெல்லாம் சொல்லிச் சொல்லி பரப்பி பைத்தியமாக்குகிறார்கள். எவரையும் புண்படுத்தி அறியாத பாலனின் மறுப்பும் கண்ணீரும் கோபமும் எல்லாமே பைத்தியமாக விளக்கம் கொள்கின்றன. தப்ப முடியாத விதியில் அகப்படும் அவரை அவர் அன்னையே விஷம் வைத்துக் கொல்கிறாள்.

அந்தப்படத்தில் மம்மூட்டி மிக அற்புதமாக நடித்திருந்தார். படிப்படி யாக பைத்தியமாகும் அவரது கண்கள்! அந்தப்படத்தின் கடைசிக் காட்சிதான் என்னை உலுக்கியது. இறந்துபோன பாலன் மாஸடரின் சிதைக்கு தீகொளுத்தும் அவரது ஐந்து வயது மகனில் காமிரா நிலைகொண்டு படம் முடிகிறது!

அதன்பின் எத்தனை படங்கள். லோகி விடுதிக் கதவைத்திறந்து புன்னகையுடன் 'வரு' என்றபோது அத்தனைபடங்களின் அழுகையும் சிரிப்பும் ஆவேசமும் ஒரே அலையாக வந்து என்னைத் தாக்கியதுபோல் இருந்தது. உள்ளே அமரச்செய்தார். 'நிறைய கேள்விப்பட்டிருக் கிறேன். பாஷாபோஷினியில் உங்கள் அனுபவக் கட்டுரைகளைப் படித்திருக்கிறேன். என் ஆதர்ச எழுத்தாளர் மாதவிக்குட்டி போல எளிமையும் கவித்துவமும் உள்ள எழுத்து' என்றார்.

அன்று ஒருமணி நேரத்துக்குள் நான் லோகியிடம் அபாரமாக நெருங்கி 'என்ன பைத்தியக்காரத்தனமாகப் பேசுகிறீர்கள் லோகி' என்று அதட்டவும் அவர் 'ஜெயமோகனுக்கு இதெல்லாம் தெரியாது. ஜெயமோகன் ஒரு முட்டாள்' என்று சொல்லவும் ஆரம்பித்திருந்தோம். லோகி எப்போதும் சிரித்துக்கொண்டிருப்பவர் உற்சாகமாக குலுங்கிச் சிரிக்கக்கூடியவர். எந்நேரமும் கண்களில் ஒரு புன்னகை கொண் டிருப்பவர். 'நமக்கு தமிழிலே ஒரு படம் செய்யணும்' என்றார். 'அய்யோ நானா?' என்றேன். 'எனக்கு சினிமாவே தெரியாது..' 'எனக்கு தெரியும்' என்றார் லோகி. 'ஜெயமோகன் சினிமாவுக்கு வரணும். சினிமா ஒரு தீங்கும் செய்யாது. சில சௌகரியங்கள் தரும். வாழ்க்கையில் வீணாகும் நேரத்தை மிச்சப்படுத்தும்' என்றார்.

லோகி எடுக்க உத்தேசித்த படம் 'செம்பட்டு'. எடுக்கப்பட்டிருந்தால் தமிழின் மகத்தான படமாக, லோகியின் மாஸ்டர் பீஸ் ஆக இருந் திருக்கும். அது கொடுங்கல்லூர் தேவியாக இருக்கும் கண்ணகியைப் பற்றியது. அந்த ஆலயத்தில் சேவைசெய்யும் குடும்பத்தைச் சேர்ந்த ஒரு இளம்பெண்தான் நாயகி. சமகாலத்தில் நடக்கிறது கதை. உண்மையில் அவள் கண்ணகியின் சொந்த ரத்தம். வாழ்க்கையின் ஓர் உச்சகட்டத்தில் அவளில் இருந்து கண்ணகி வெளியே வருவதே கதையின் முதிர்கணம்.

கதையின் ஒற்றைவரியைக் கேட்டு நான் பிரமித்தேன். முதலில் அதை தமிழில் எடுத்தால் தமிழ் ரசிகர்களுக்குப் பிடிக்குமா என்ற எண்ணம்தான் எனக்கு ஏற்பட்டது. இப்போதுகூட அதை தமிழில் எடுக்கமுடியாது என்றே எண்ணுகிறேன். 'இதை மலையாளத்தில் எடுக்கலாம் லோகி' என்றேன். செம்பட்டு மீரா ஜாஸ்மினுக்கும் கனவாக இருந்தது. அவரே தயாரிப்பதாக இருந்தார். எட்டுநாள் கொடுங்கல்லூர் மீனபரணி திருவிழாவின் காவுதீண்டல் போன்ற சடங்குகள் படமாக்கவும்பட்டன. ஆனால் லோகிக்கு அதை கண்ணகியின் மொழியில் எடுக்க வேண்டும் என்று ஆசை.

லோகியிடம் நான் இன்னொரு கதையை எடுக்கலாம் என்று வற்புறுத் தினேன். செம்பட்டு போன்ற கதை தமிழின் திரை விமரிசகர்களுக்கே பிடிகிடைக்காது. இன்னும் எளிமையும் கவித்துவமும் கொண்ட 'பேரச்சன்' என்ற கதையை லோகி சொன்னார். அது எனக்கு மிகவும் பிடித்திருந்தது. விக்ரம் போன்ற ஒரு வலுவான நடிகர் அதற்குத் தேவை. மீரா ஜாஸ்மின் உண்டு. அதைச்செய்யலாம் என்றேன்.

வீட்டுக்கு வந்த நான் அந்தக் கதையை காங்கேயன் என்ற பேரில் தமிழாக ஆக்கினேன். இப்போதும் அது ஒரு வலுவான, எளிமையான, கவித்துவமான திரைக்கதையாக என்னிடம் இருக்கிறது. ஆனால் லோகிக்கு நடிகர்கள் கிடைக்கவில்லை. விக்ரமை சந்திக்கவே அவரால் முடியவில்லை. கலாபவன் மணி 'சொடக்குபோடுங்கள் வருகிறேன்' என்றார். அவரை வைத்தே ஆரம்பிக்கலாம் என்று பேசினோம்.

அடுத்த வாரம் லோகியும் அவரது உதவியாளர் மனோஜ்ⁿம் தயாரிப்பு நிர்வாகியான தர்மனும் என்னைச் சந்திக்க நாகர்கோயில் வீட்டுக்கு வந்திருந்தார்கள். எனக்கு பத்தாயிரம் ரூபாய் அட்வான்ஸ் தந்தார் லோகி. படத்தை அவரது நண்பர் ஒருவர் தயாரிப்பதாகச் சொன்னார். அவர் மலையாளத்தில் மோகன்லாலை வைத்து வடக்கும்நாதன் என்ற படத்தை எடுத்துக்கொண்டிருப்பதாகவும் இன்னும் இரண்டுமாதத்தில் அந்தப்படம் முடியும் என்றும் உடனே தமிழில் இதை ஆரம்பித்து விடலாம் என்றும் சொன்னார்.

மீண்டும் ஒருமாதம் கழித்து லோகி என்னைக் கூப்பிட்டார். இம்முறை லக்கிடியில் உள்ள அவரது பண்ணைவீட்டுக்குச் சென்றேன். லோகியே என்னை பாலக்காட்டுக்கு வந்து காரில் அழைத்துச்சென்றார். ஒவ்வொரு முறையும் என்னை அவரே வந்து அழைத்துச்செல்வது லோகியின் வழக்கம். ஒருமுறைகூட இன்னொருவரை அனுப்பியதில்லை. ஒரு முறைகூட அவரே வந்து ரயிலேற்றிவிடாமல் இருந்ததும் இல்லை. கல்பற்றா நாராயணன் ஒருமுறை சொன்னார் 'ஜெயமோகனை லோகிக்கு அவ்வளவு பிடித்திருந்தது. ஜெயமோகன் என்று சொனனாலே கண்களில் அந்த பிரியம் தெரியும்' என்று. நான் வழிபட்ட ஒரு கலைஞன் அத்தனை தூரம் எனக்கு நெருங்கியதனாலேயே நான் அவரை பார்க்க முடியாமல் ஆகியது. மரியாதைக்குப்பதிலாக பிரியம் மட்டும் பெருகியது.

அவரது வீட்டில் இளம் மழையும் குடியும், இலக்கியப்பேச்சுமாக நான் சிலநாட்கள் தங்கியிருந்தேன். லோகி காங்கேயனை எடுப்பது சரியா என்று ஐயப்பட்டார். அந்தப்படம் ஓடாது, அதில் 'கமர்ஷியல்' அம்சங்கள் இல்லை என்று பலர் சொன்னார்களாம். நான் எதிர்த்து வாதிட்டேன். அது உருக்கமான கதை, அதை தமிழ்மனம் ஏற்கும் என்றேன்.

ஆனால் லோகி ஒரு மனச்சிக்கலில் இருந்தார். மலையாளத் திரைப்பட சங்கங்களின் கூட்டமைப்பில் தேர்தலில் அவர் போட்டியிட்டு தோற்றிருந்தார். அவரை பழிவாங்கும்பொருட்டு ஒருவர் முன்பு கொடுத்த இரண்டு லட்சம் ரூபாயைக் கேட்டு வழக்கு தொடுக்க லோகி வீம்புக்கு அடம்பிடிக்க அமைப்பு லோகிக்கு மலையாளத்தில் படங் களில் செயல்பட தடை விதித்தது. ஊடகங்களிடம் 'சரி, மலையாளத் துக்கு என்னை வேண்டாமென்றால் எனக்கும் மலையாளம் வேண்டாம். நான் தமிழில் படம் எடுக்கிறேன்' என்று லோகி சொல்லிவிட்டார்.

ஆகவே தமிழில் படம் எடுத்து அது ஓடியாக வேண்டும். ஓடுகிற படம் எடுப்பதைப்பற்றி அவருக்கு உபதேச மழைகள் கொட்டிக் கொண்டிருந்தன. 'மலையாளம் போல இல்லை சார் தமிழ். இங்கே ஜனங்களோட டேஸ்டே வேற' என்ற நிரந்தர வரி. மலையாளத்தில் அற்புதமான படங்களை எடுத்த பல இயக்குநர்கள் தமிழில் குப்புறக் கவிழ்ந்ததற்குக் காரணம் இந்த உபதேசம்தான். தமிழ்ச் சூழல் தனக்குத் தெரியாது என்ற தயக்கம் காரணமாக இயக்குநர்கள் அக்குரலுக்குச் செவி சாய்க்கிறார்கள்.

நாலுபாட்டு, ஃபைட்டு, காதல், செண்டிமெண்டு என்ற அந்த வாய்ப்பாடு இப்போதும் எல்லா இயக்குநர்களுக்கும் தயாரிப்புத்

தரப்பில் இருந்து ஓதப்படுவதுதான். ஆனால் தமிழில் சுயம்புவாக உருவாகிவரும் நல்ல இயக்குநர்கள் அதற்கு ஒப்புக்கொள்ள மாட்டார்கள். எதிர்ப்பார்கள். தங்களுக்கு உறுதியாகத் தெரிந்த படத்தை எடுப்பார்கள். அதேசமயம் மலையாள இயக்குநர்கள் தமிழுக்காக 'இறக்கி வந்து' இந்த 'கமர்ஷியல்' ஆட்கள் கோரும் படத்தை எடுக் கிறார்கள். தான் மலையாளத்தில் எடுத்த அதே படத்தை ஃபாஸில்கூட தமிழில் எடுக்கவில்லை, அவற்றை தரம் இறக்கியே எடுத்தார். ஆனால் அவை ஓடின.

இதில் என்ன சிக்கல் என்றால், ஒருவர் அவருக்கு உள்ளூர ஈடுபாடு உள்ள படத்தையே எடுக்க முடியும். நல்ல படங்கள் எடுத்த இயக்குநர்கள் தோல்வியால் கோபம் கொண்டு வணிகசினிமா எடுக்கும் போது அது கேவலமாகப் போவதைக் கண்டிருக்கிறோம். எந்த சினிமா வாக இருந்தாலும் எடுப்பவன் அதில் மானசீகமாக ஈடுபடவேண்டும். ஈடுபாடில்லாமல் எடுக்கும் சினிமா எவரையுமே திருப்திசெய்யாது.

லோகிக்கு நான் அவரது சில படங்களை தமிழில் எடுக்கலாம் என்றேன். கமர்ஷியலாகவும் கலைரீதியாகவும் நல்ல படங்கள் அவை. ஏன், 'தனியாவர்த்தன'த்தையே தமிழில் எடுக்கலாம் என்றேன். அந்தப் பிரச்சினை மலையாளத்தைவிட தமிழில் அதிகம். லோகி குழம்பிக் கொண்டிருந்தார். அவர் என்னை மீண்டும் தொடர்பு கொண்டது மலையாள 'கஸ்தூரிமான்' படத்தின் நூறாவதுநாள் கொண்டாட்டத் துக்காக. நான் கிளம்பிச்சென்றேன். திரிச்சூரில் விழா.

லோகியின் மனைவி சிந்துவை அப்போதுதான் அறிமுகம் செய்து கொண்டேன். என்னுடைய இலக்கியவாசகி அவர். என் பெயரை லோகிக்குச் சொன்னதே அவர்தான். விழா சிறப்பாக நடந்தது. மம்மூட்டி வந்திருந்தார். சத்யன் அந்திக்காடு, சிபி மலையில் எல்லாரும் வந்திருந்தார்கள். அன்றுதான் மீரா ஜாஸ்மினையும் சந்தித்தேன்.

நான் மறுநாளும் லோகியுடன் இருந்தேன். ஆலுவாவில் பெரியாற்றின் கரையில் இருந்த அவரது பெரிய வீட்டில் சிலநாள் இருந்தேன். அப்போதுதான் லோகி கஸ்தூரிமான் படத்தையே தமிழில் எடுத்தால் என்ன என்றார். நான் அதை எதிர்த்தேன். அது மலையாளத்தில் ஒரு வெற்றிப்படமாக இருந்தாலும் லோகியின் நல்ல படங்களில் ஒன்று அல்ல. லோகி அவசரமாக எடுத்த படம் அது. அதன் திரைக்கதையைக் கூட லோகி எழுதிக்கொள்ளவில்லை. அந்தப் படத்தின் முக்கியமான குறையே அந்த கதைக்கருவில் எந்தப்புதுமையும் இல்லை என்பது தான். லோகியைப்போன்ற ஒருவர் தமிழுக்கு வரவேண்டியது அந்தப்படம் மூலம் அல்ல என்று நான் சொன்னேன்.

கிட்டத்தட்ட லோகியை மனம் மாறச்செய்துவிட்டு, அவரது 'தூவல் கொட்டார'த்தை தமிழில் எடுக்கலாம் என உறுதிப்படுத்திவிட்டு, நான் ஊருக்கு வந்தேன். மறுவாரம் லோகி மீண்டும் நாககோயில் வந்தார். இம்முறை கஸ்தூரிமானை தமிழில் எடுப்பதை முற்றிலும் உறுதிப் படுத்திவிட்டிருந்தார். என்னை பேசிப்பேசி சம்மதிக்க வைத்தார். அவர் சொன்ன காரணங்கள் இரண்டு, ஒன்று தயாரிப்பாளர் வணிக வெற்றியை விரும்புகிறார். இரண்டு, காதல் இல்லாத தமிழ்ப்படம் ஓடாது என்று சொல்கிறார்கள். இதில் கல்லூரிக்காதல் உள்ளது.

எனக்கு அப்போது சினிமா பற்றி ஒன்றுமே தெரியாது. சினிமாவுக்குப் போகத்தான் வேண்டுமா என்றே தயங்கிக்கொண்டிருந்தேன். நான் லோகி சொல்வதை ஏற்றுக்கொண்டேன். எல்லாமே உண்மை என்று எனக்குப்பட்டது. லோகி சென்னைக்குச் சென்று விஜய் பார்க்கில் அறை போட்டார். அழகிய தீயே படத்தில் நடித்து கவனத்துக்கு வந்திருந்த பிரசன்னா கதாநாயகனாக ஒப்பந்தம் செய்யப்பட்டார். நான் சென்னை சென்றேன். நான்குநாட்கள் கழித்து படம் பூஜை.

ஆனால் தயாரிப்பாளர் வரவில்லை. பல காரணங்களால் 'வடக்கும் நாதன்' படம் அப்படியே நின்றுவிட கடும் பொருளாதார நெருக்கடியில் தயாரிப்பாளர் காணாமலாகிவிட்டார். நான் படத்திட்டத்தை கைவிட்டு விடலாம் என்றேன். ஷாஜியும் அதையே சொன்னார். ஆனால் லோகிக்கு அது கெளரவப்பிரச்சினையாக இருந்தது. மலையாளத்தில் அவர் விட்ட சவால்தான் காரணம். சட்டென்று அவர் படத்தை தானே தயாரிப்பதாக முடிவெடுத்தார்.

நானும் ஷாஜியும் சினிமாவுக்கு புதியவர்கள். அதிர்ச்சியுடன் வேண்டாம் லோகி என்று மாறி மாறிச் சொன்னோம். லோகிக்கு தமிழ் சினிமா உலகமே தெரியாது. ஆனால் சினிமாவில் உள்ள வணிக சக்திகள் அவரை பேசிப்பேசியே கரைத்தன. ஒரே ஷெடியூலில் ஒருகோடி ரூபாயில் படத்தை முடித்துவிடலாம். முடிக்கும்போதே இரண்டுகோடி ரூபாய்க்கு வாங்க ஆள் தயாராக இருப்பார்கள். இரண்டுகோடியில் ஒரு படம் கிடைத்தால் யார்தான் வாங்க மாட்டார்கள்? அதாவது ஒருகோடி ரூபாய் இப்போதே கையில் இருப்பதைப்போல என்றார்கள். லோகி சிந்துவின் பெயரால் படநிறுவனம் ஆரம்பித்தார்.

லோகி அவரது வாழ்க்கையில் செய்த ஆகப்பெரிய பிழை கஸ்தூரி மானை அவரே தயாரித்தது. இந்தியத்திரைவானில் எத்தனையோ பெரும் கலைஞர்களைக் கவிழ்த்தது தயாரிப்பு ஆசை. அந்தப் பொறி மிக வசீகரமானது. ஒரு கலைஞனுக்கு அவன் கலைமேல் அபாரமான நம்பிக்கை இருக்கும். தன் கலை வணிகவெற்றியாக ஆகி பணம்

கொட்டுவதையும் அவன் கண்டுகொண்டிருப்பான். ஏன் தானும் சம்பாதிக்கக் கூடாது என அவன் மனம் எண்ணும்.

மேலும் வெற்றியின்போது கலைஞர்களுடன் எப்போதும் துதிபாடி களும் ஒட்டுண்ணிகளும் சேர்ந்துகொள்வார்கள். புகழையும் பாராட்டையும் விரும்பும் கலைஞனின் மனத்தை அவர்கள் தங்கள் இனிய சொற்களால் தங்கள் கட்டுப்பாட்டுக்குக் கொண்டுவருவார்கள். மெல்லமெல்ல அவனை தங்கள் வழிக்குக் கொண்டுசெல்வார்கள்.

ஆனால் படத்தயாரிப்பு என்பது எளிய விஷயம் அல்ல. அது நிர்வாகம் - வணிகம் என்ற இரு அம்சங்களின் கலவை. லோகிததாஸின் கலைத்திறன் எப்படி ஒரு அபூர்வமான பிறவித்திறனோ அதைப் போன்றதே ஒரு வெற்றிகரமான தயாரிப்பாளரின் திறனும். உண்மையில் தயாரிப்பாளர் கலைஞருக்கு நேர் எதிர் சக்தி. அவர் யதார்த்தவாதி. கலைஞனின் கனவுத்தாவல்களை கட்டுப்படுத்தும் ஆற்றல் அவர். இரு சமமான ஆற்றல்கள் எதிர்த்து முயங்கும்போதே சீரான வளர்ச்சி சாத்தியமாகிறது.

லோகிததாஸ் தயாரிப்பாளராக ஆனது வெற்றியின் உச்சியில் நின்ற ஒருவர் செய்யும் வழக்கமான பிழை. அந்தப்பிழை மேலும் பிழை களுக்குக் கொண்டு சென்றது. மலையாள கஸ்தூரிமானின் வெற்றிக்கு முக்கியமான காரணம் அதில் சிரியன் கிறிஸ்தவக் குடும்பம் ஒன்றின் உண்மையான கதை இருந்தது என்பது. நொடித்துப்போவதென்பது அக்குடும்பங்களின் விதிகளில் ஒன்று. அந்த வீடு, அந்த முகங்கள் எல்லாமே கனகச்சிதமாக அமைந்திருந்தன. அபாரமான ஒரு யதார்த்தத்தை அந்தச் சூழல் உருவாக்கியது. அந்தப்படத்தில் கதாநாய களின் அப்பாவாகவும் பாட்டியாகவும் நடித்த அசலான சிரியன் கிறித்தவ முகங்கள் அதை உயிருள்ள படமாக ஆக்கின.

லோகியே படத்தயாரிப்பாளர் ஆனபோது அந்த யதார்த்தம் சிதைவுற ஆரம்பித்தது. கதையை நான் கோவை கவுண்டர் பின்னணிக்குக் கொண்டு வந்தேன். தமிழ்ச்சூழலுக்கு கதையை முடிந்தவரை மாற்றினேன். ஆனால் லோகி சரத்பாபுவை பழனியப்பக் கவுண்டராக ஒப்பந்தம்செய்தார். ஏனென்றால் சரத்பாபுவை அவருக்கு முன்னரே தெரியும். மிகக்குறை வான ஊதியத்துக்கு நடிக்க சரத் ஒப்புக்கொண்டார்.

சரத்பாபுவின் தோற்றமும் சிவந்த தலைமயிரும் கதாபாத்திரத்துக்கு பொருந்தவில்லை. ஆகவே கதையை மாற்றி பழனியப்பன் நொடித்துப் போன சினிமா தயாரிப்பாளர் என்று ஆக்கினார். சரத்பாபு கோவைத்தமிழ் பேச முடியாது. அங்கேயே யதார்த்தம் கைவிடப் பட்டது. பல கதாபாத்திரங்களுக்கு தனக்கு நெருக்கமான மலையாள

நடிகர்களையே லோகி நடிக்கவைத்தார். செலவுக் கணக்கே காரணம். இயக்குநரே தயாரிப்பாளராவதன் பலவீனம் இது.

குறைவான செலவில் ஒரு மலையாளியின் பங்களா கோவையில் படப்பிடிப்புக்குக் கிடைத்தது. ஆனால் அது மலையாளத்தில் சிரியன் கிறித்தவர் இருந்ததுபோல ஒரு பழங்கால பங்களா அல்ல. புதிய பங்களா. ஆனால் அதுபோதும் என முடிவெடுத்தார் லோகி. ஆனால் மொத்தப்படத்தில் 90 சதவீதம் வீட்டுக்குள் நடக்கும் அக்கதை முழுக்க முழுக்க வெளிப்புறப் படப்பிடிப்பாக கோவையிலும் அமராவதி அணைக்கட்டுப்பகுதியிலும் ஏன் எடுக்கப்பட்டது, அந்த முடிவை யார் எடுத்தார்கள் என்பது இன்று எனக்கு பெரும்வியப்பாக இருக்கிறது. சென்னையில் அப்பகுதிகளை எடுத்திருந்தால் செலவில் மூன்றில் ஒருபகுதி மிச்சமாகியிருக்கும்.

மீரா ஜாஸ்மின் தெலுங்கில் சிக்கிக்கொண்டமையால் படம் மிகவும் தாமதமாகியது. செலவுக்கு வட்டி ஏறியது. கிட்டத்தட்ட இரண்டுகோடி ரூபாய்செலவில் படம் முடிந்தது. அதுவரை படத்தை வாங்க கியூவில் நிற்பார்கள் என்று சொன்னவர்கள் மறைந்தார்கள். படத்தை யாருமே வாங்கவில்லை. லோகி மேலும் ஐம்பது லட்சம் செலவு செய்து அவரே படத்தை வெளியிட்டார்.

அந்த நாட்கள் லோகியின் வாழ்க்கையின் மிகமிகத் துயரமான நாட்கள். நாற்புறமும் கடன் ஏறியது. அவர் விதவிதமான ஆட்களிடம் கெஞ்ச வேண்டியிருந்தது. சமாளிப்புகளைச் சொல்லவேண்டியிருந்தது. பசப்ப வேண்டியிருந்தது. அதெல்லாம் அவருக்குத் தெரியாது. அபாரமான உண்மை கொண்ட மனிதர் லோகி. அவருக்கு எது பிடிக்கிறது பிடிக்க வில்லை என்று எப்போதும் அப்பட்டமாகச் சொல்பவர். நிமிர்ந்தே வாழ்ந்தவர். மலையாள சூப்பர்ஸ்டார்களிடம் கடைசிவரை பணி யாதவர். ஆனால் தமிழில் அவர் எல்லா தலைக்குனிவையும் அறிந்தார். அது அவரது தன்னம்பிக்கையை ஆழமாகப் புண்படுத்தியது. உண்மையில் நான்கு வருடம் கழித்து நடந்த அவரது மரணம் அங்குதான் ஆரம்பித்தது. ஒருவர் ஃபோனில் கூப்பிடும்போது தான் இல்லை என்று சொல்லச்சொல்லும் லோகி லோகியே அல்ல. அவர் 'இறந்துபோன' லோகிதான்.

கஸ்தூரிமான் பெண்களுக்கான படம். நட்சத்திர மதிப்பு இல்லை. அரங்கில் வரும் ஆட்கள் படத்தை விரும்பி, பிறரிடம் போய்ப் பேசி, மெல்லமெல்லத்தான் கூட்டம் வரவேண்டும். லோகியின் துரதிருஷ்டம் துரத்தியது. படம்வெளியானது 2005 நவம்பர் 18. வெள்ளிக்கிழமை. சனிக்கிழமை முதல் தமிழகம் எங்கும் புயலும் மழையும். வரிசையாக பதிமூன்று புயல்கள். நாற்பது வருடத்தில் மிக அதிக மழை. எல்லா

சாலைகளும் உடைந்தன. மூன்று இடங்களில் படம் ஓடிய திரையரங்கே இல்லாமலாகியது.

மேலும் ஒரு படத்தை ஒட்டி பணத்தைத் திரும்ப எடுப்பதாக இருந்தால் தொடர்ந்து படத்தொழிலில் இருக்க வேண்டும். பணத்தைத் திரும்பி வாங்கும் நிர்வாக அமைப்பு இருக்கவேண்டும். பஞ்சை பறக்கவிட்டு திருப்பி சேர்ப்பது போன்றது படத்தயாரிப்பில் விட்ட பணத்தை திரையரங்குகளில் இருந்து எடுப்பதென்பது. மொத்தத்தில் அந்தப் படத்தில் லோகிக்கு திரும்பி வந்த பணம் என்பது ஜெயா டிவி கொடுத்த பணமும், அரசின் விருதுப்பணமும் மட்டுமே.

லோகி தன் ஆலுவா வீட்டை விற்றது அவரது தன்னம்பிக்கையை பெரிதும் பாதித்தது. அவர் திட்டமிட்டு பார்த்துக் கட்டிய சுய அடையாளம் அது. தன் வாழ்நாள் முழுக்க வீடற்றவனாக அலைந்த கலைஞன் உருவாக்கிய இல்லம். ஒரு பக்கம் ஒரு நாயர் தறவாடு போல பூமுகம் அங்கணம் எல்லாம் இருக்கும். மறுபக்கம் பிரிட்டிஷ் பங்களா போல பால்கனி. அந்த வீட்டில் லோகி புராதன நாயர் தறவாட்டு வீடுகளின் மரச்சாமான்களை சேகரித்து வீட்டுப்பொருட்களை அமைத்திருந்தார். இளமையில் அப்படிப்பட்ட தறவாட்டு வீடுகளின் வாசலில் சோற்றுக்காக ஏங்கி அவர் நின்றிருப்பார் போலும்.

மன அழுத்தம் காரணமாக அவருக்கு கடுமையான தூக்கமின்மை உருவாகியது. விளைவாக குடி அதிகமாகியது. மெல்ல மெல்ல அவரது மனசுக்குள் எப்போதும் இருந்த உல்லாசம் மறைந்தது. அதை அவரது நடையில் பாவனைகளில் காண முடிந்தது. வழக்கமாக தனியாக இருக்கும் லோகி தனக்குள் மெல்ல பாடியபடி தாளம் போட்டுக்கொள்வார். பாட்டின் உணர்ச்சிபாவனை முகத்தில் ரசங்களாக விரியும். பலசமயம் காதலின் பரவசம். சிலசமயம் காதலின் ஏக்கம். காதல் இல்லாத லோகி இல்லை.

ஆனால் மனஅழுத்த நாட்களில் லோகி தனிமையில் எதையோ தனக்குள் சொல்லிக்கொள்பவர் போல தலையை அசைப்பார். உதடுகள் சொற்களில்லாமல் மெல்ல அசைந்துகொண்டிருக்கும். சட்டென்று விடுபட்டு வலிந்து உற்சாகத்தை வரவழைத்துக்கொள்வார். புன்னகை யுடன் நம்மைப்பார்த்து 'பின்னே எந்தொக்கெ?' என்பார். செயற்கை யாக ஏதாவது வேடிக்கைகளைச் சொல்ல முயல்வார். உரக்கச் சிரிப்பார்.

நடக்கும்போது தலையைத் தூக்கி வேட்டி நுனியை ஒருகையால் பற்றி நிமிர்ந்து நடப்பவர் அவர். தலைகுனிந்து தனக்குள் ஆழ்ந்து நடக்கும் லோகியை பார்க்க நேர்ந்தது. பெருமூச்சு விடும் லோகி ஒரு பெரும் துயரக்காட்சி. தொலைபேசியில் எவராவது கடன் விஷயமாகப்

பேசும்போது லோகிக்கு சொற்கள் அடைத்து விடும். 'ஆ' 'ஓ' 'ஆகட்டே' என்பதற்கு மேல் வார்த்தை எழாது. அவரில் இருக்கும் பதற்றம் மிக்க உடல் மொழி நெஞ்சை அறுக்கும். ஒருவழியாக ஃபோனை அணைக்கும்போது லோகி துயரம் கனத்தவராக இருப்பார்.

எப்போதும் உற்சாகமாகக் கேட்கத்தயாராக இருப்பவர் லோகி. நான் உலக இலக்கியங்களை அப்படியே அவருக்கு கதையாகச் சொல்லி யிருக்கிறேன். அன்னாவின் மரணத்தைக் கேட்டு மாலைமாலையாகக் கண்ணீர்விட்டு விசும்பி அழுது படுக்கையில் படுத்துக்கொண்டவர். ஆனால் பின்னர் அவர் நம்முடைய பேச்சுகளில் இருந்து பிரிந்து வழி யிலேயே எங்கோ உதிர்ந்து போவதைக் காண நேர்ந்தது. லோகியின் கண்கள் பெண்களுக்கானவை. அழகிய மலர்ந்த கண்கள். நாம் பேசும்போது எப்போதும் அவை நம் உணர்ச்சிகளுடன் கூடவே வரும். ஆனால் சட்டென்று அவை மங்கலாகி தனக்குள் மூழ்கிப்போவதைக் காணமுடிந்தது. பின்பு சட்டென்று வந்து நம்மை அடைந்து 'பின்னே' என்பார்.

பொருளாதாரச் சிக்கல்கள் வழியாக லோகி வாழ்ந்த கடைசிக்கால வாழ்க்கை ஒரு பெரிய நரகம். சிங்கத்தை அடித்து வளையம் வழியாகக் குதிக்கச் செய்வதுபோன்றது அது. அவருக்கு எப்போதுமே பணத்தின் கணக்கு தெரியாது. அந்த நெருக்கடியில் அவர் தன் மகன்களை கூடவே வைத்துக்கொண்டார். நான் எர்ணாகுளம்போனபோது லோகியிடம் சொன்னேன் 'லோகி, பையன்களை இதில் ஈடுபடுத்தவேண்டுமா? அவர்களின் மனம் தேவையில்லாமல் சோர்ந்துபோகாதா?' ஆனால் லோகி 'அவர்கள் இல்லாமல் என்னால் இருக்கமுடியாது. அவர்கள்தான் என் பலம். சின்னவன் கார் ஓட்டினால் நான் நிம்மதியாக அதில் இருப்பேன்' என்றார்.

பையன்கள்மேல் அபாரமான பிரியம் இருந்தது லோகிக்கு. அவர்களின் தோளில் கைபோட்டு பேசிக்கொண்டே நடப்பது அவருக்குப் பிடிக்கும். அவரது மனச்சோர்வின்போது பையன்கள் அவருக்குப் பெரும்பலமாக கூடவே இருந்தார்கள். அவர்களின் அந்த திடம் அவர்களை மேலும் காப்பாற்றும் என நினைக்கிறேன்.

நெருக்கடி நீடித்த மூன்று வருடங்கள் லோகியின் சிருஷ்டிசக்தி அவரைக் கைவிட்டது என்றே நான் எண்ணுகிறேன். பதினாறு நாளில் திரைக்கதை எழுதி 'அமரம்' என்ற காவியத்தை உருவாக்கிய மேதை அவர். மாதக்கணக்கில் அமர்ந்தும் திரைக்கதை எழுத முடியாமல் தவித்து திரைக்கதை இல்லாமலேயே 'சக்கரமுத்து' என்ற படத்தை எடுத்தார். தோல்வி. அதில் பல இடங்களில் ஒரு பெரிய கதாசிரியன்

தெரிவான். ஆனால் படத்துக்கு கோர்வை இருக்கவில்லை. பின்னர் அடுத்தபடம். 'நைவேத்யம்' உண்மையில் கஸ்தூரிமானின் இன்னொரு வடிவம். அது தப்பித்தது அவ்வளவே. அதன் புதுமுக கதாநாயகனும் நாயகியும் அங்கீகரிக்கப்பட்டார்கள்.

என் நண்பர் என்ற முறையில் நான் அவரிடம் என் கருத்துகளை எப்போதும் மிக வெளிப்படையாகச் சொல்லிவந்தேன். நான் எடுத்துக் கொண்ட சுதந்திரத்தை அவரிடம் எவருமே எடுத்துக்கொண்டதில்லை என்று நண்பர்கள் சொல்வார்கள். அவரை நான் எப்போதுமே விமரிசிக்கத் தயங்கியதில்லை. அவரது முதல்பெரும் பிழை என்பது அவர் தன்னை இயக்குநராக எண்ணிக்கொண்டதுதான் என்று தோன்றுகிறது.

லோகி சினிமாக்காரரே அல்ல. அவர் எழுத்தாளர். அவர் சினிமா பார்ப்பதே குறைவு. சினிமாவின் தொழில்நுட்பத்தைக் கற்றுக்கொள்ள அவர் முயன்றதே இல்லை. அவர் தொடர்ந்து ஈடுபட்ட சினிமாக்கள் வழியாக அவருக்கு சினிமாவின் பொது இலக்கணம் ஒன்று பிடி கிடைத்தது. அவரது காட்சிக்கோணங்களில் கற்பனையோ செய் திறனோ இருப்பதில்லை. அவரது திரைக்கதைகளை பரதனோ, சிபி மலையிலோ இயக்கினால் அவை கிளாசிக்குகள் ஆயின. அவரே இயக்கியபோது அவை பெரிதாக எடுபடவில்லை.

கதை-திரைக்கதை என்பது சினிமா அல்ல. சினிமாவின் ஒரு சிறு தொடக்கம்தான் அது. அங்கிருந்து சினிமா செல்லவேண்டிய தூரம் மிக அதிகம். பரதன் இயக்கிய லோகியின் 'வெங்கலம்' என்ற படத்தைப் பார்த்தால் இது தெரியும். அந்தப்படத்தில் காட்சிகள் ஒவ்வொன்றும் கிளாசிக் ஓவியங்கள் போல கண்ணில் நிற்கும். கதாநாயகியின் கண்ணில் வழியும் ஒரு துளிக்கண்ணீர் லோகி எழுதியதைவிட பல மடங்காக அக்காட்சியைக் கொண்டு செல்லும். தீ போல அந்தத் துளி எரியும்!

ஆம், எழுதுவதைப்போலவே இன்னொரு தனித்துவம் கொண்ட கலை இயக்கம் என்பது. இதை நான் லோகியிடம் மீண்டும் மீண்டும் விவாதித்திருக்கிறேன். ஆனால் லோகி ஒப்புக்கொள்ளவே மாட்டார். சினிமா என்பது அதன் கதைதான் என சலிக்காமல் வாதிடுவார். லோகிததாஸ் என்ற முதல்தர சினிமா எழுத்தாளன் லோகிததாஸ் என்ற இரண்டாம்தர இயக்குநராக ஆனதற்குக் காரணம் இந்த நம்பிக்கையும் பிடிவாதமும்தான்.

ஆனால் லோகி நடிகர்களின் நடிப்பை வெளிக்கொண்டுவருவதில் அவருக்கு அபாரமான திறமை இருந்தது. தொடர்ச்சியாக புது

முகங்களைக் கொண்டுவந்து வெற்றிபெறச்செய்தது இதனால்தான். இது அவர் நாடகத்தில் இருந்து பெற்றுக்கொண்ட திறன் எனலாம். லோகிததாஸின் சினிமாக்களை பார்க்கும்போது அவரது சிக்கல்களாக எனக்குப் படுபவை இரண்டு, அவரால் தான் எடுத்த படத்தை கச்சிதமாக வெட்ட முடிவதில்லை. காட்சிகள் எப்போதுமே இழுத்துக்கொண்டு செல்லும். இரண்டு உணர்ச்சிகளை காட்சிவடிவில் பதிவுசெய்ய ஏதோ ஒன்று குறைகிறது. உணர்ச்சிகளும் நடிப்பும் நன்றாக இருந்தாலும் நம் மனம் காட்சிகளில் ஏனோ முழுமையாகப் பதிவதில்லை.

பின்னர் பாலாவிடம் இதைப்பற்றி விவாதித்திருக்கிறேன். கஸ்தூரிமான் படத்தில் காதலன் வீட்டில் அவமானப்பட்டு திரும்பிவரும் மீரா ஜாஸ்மினிடம் 'கறிவேப்பிலை ஆயிட்டியாடி' என்று அக்கா கேட்கும் இடம் உண்டு. அந்த வரி தியேட்டரில் ரசிக்கப்பட்டதா என்றார் பாலா. இல்லை என்றேன். அங்கே ஒரு குளோஸ்அப்பும் ஸ்டேயும் கொடுத் திருந்தால் அது நெகிழச்செய்திருக்கும் என்றார்.

வெற்றிபெற்றவர்களுக்குரிய இன்னொரு குணமும் லோகியிடம் இருந்தது. அவர் எதையுமே கேட்டுச்செய்ய மாட்டார். அவரிடம் எதையுமே நாம் சொல்லமுடியாது. அவருக்கு தன் சொற்கள், கருத்துகளில் அபாரமான நம்பிக்கை. கஸ்தூரிமானில் தமிழில் நான் எழுதிய வசனங்கள் மிகச்சிலவே. பெரும்பாலும் மூலத்தில் இருந்து அப்படியே மொழியாக்கம் செய்யப்பட்டவை. டப்பிங்கில் அவற்றை தான் விரும்பியபடியே அமைக்க லோகி கடுமையாக முயன்றார். விளைவாக தமிழர்களால் டப்பிங் செய்யப்பட்டும்கூட மலையாளச் சாயல் வசனங்களுக்கு வந்தது. அப்போதே ஷாஜி உட்பட பலரும் அதைச் சொன்னார்கள். ஆனால் லோகி ஏற்கவில்லை.

இத்தனை சிக்கல்கள் இருந்தாலும் கஸ்தூரிமான் ஒரு புறக்கணிக்கத்தக்க படம் இல்லை என்றே நான் நினைக்கிறேன். நுட்பமான பல சந்தர்ப்பங்கள் அந்தப் படத்தில் உள்ளன. உணர்ச்சிகளின் அபூர்வமான வெளிப்பாடுகள் சாத்தியமான பல இடங்கள். அவை அந்தப்படத்தை யாரோ சிலரை எப்போதும் நினைக்கச்செய்யும்.

லோகியை நான் தொடர்ந்து சந்தித்து வந்தேன். எல்லா மாதமும் அழைப்பேன். ஓணம் விஷு நாட்களிலும், புத்தாண்டிலும், அவரது பிறந்த நாளிலும் அழைப்பேன். 2007ல் 'காங்கேய'னை படமாக எடுக்கலாம் என்று ஒரு தயாரிப்பாளர் வந்திருப்பதாகச் சொன்னார். பசுபதியிடம் கதை சொல்ல உதவும்படி என்னை அழைத்தார். நான் எர்ணாகுளம் சென்று அங்கே ஓட்டலில் தங்கியிருந்த பசுபதிக்கு அக்கதையைச் சொன்னேன். பசுபதி ஆர்வம் காட்டவில்லை. அந்த தயாரிப்பாளர் நைவேத்யம் எடுத்தார்.

சென்ற வருடம் டிசம்பரில் லோகி என்னை மீண்டும் கூப்பிட்டார். இரண்டு திட்டங்கள். ஒன்று பிரிதிவிராஜை கதாநாயகனாக ஆக்கி தமிழில் ஒரு படம். அதன் கதையைச் சொன்னார். முக்கியமான கதை. வழக்கம்போல லோகியின் உணர்ச்சிகரமான சந்தர்ப்பங்களும் கவித்துவமான உச்சமும் கொண்டது. லோகி அவரது 'ஃபாமு'க்கு திரும்பி விட்டார் என்று தோன்றியது. 'நீ இதற்கு ஒரு திரைக்கதை வடிவம் எழுது, மணிரத்தினத்தின் படம் முடிந்ததும் பிரிதிவி வருவார், நான் அவருக்கு கதையைச் சொல்லிவிட்டேன்' என்றார் லோகி. நான் ஒரு வடிவத்தை அங்கேயே எழுதினேன். லோகிக்கு மிகவும் திருப்தி என்றார்.

நடுவே சிபி மலையிலுக்காக மோகன்லால் நடிப்பில் பீஷ்மர் என்ற கதையை உருவாக்கியிருந்தார் லோகி. அதுவும் வித்தியாசமான கதை. வலுவான மையக்கதாபாத்திரம். கிட்டத்தட்ட பதினைந்துநாள் நான் லோகியுடன் தங்கி அந்தக்கதையை விவாதித்து முழுமைசெய்தேன். தினமும் மாலை நாடகவிழாவுக்கும் சென்று வந்தோம். ஜூலையில் பீஷ்மர் ஆரம்பிக்கும். நவம்பரில் பிரிதிவிராஜ் படம் என்றார்.

லோகி இரண்டு வருடங்கள் அவரை அலைக்கழித்த சோர்வில் இருந்து முற்றாக மீண்டுவிட்டார் என்று பட்டது. அது எனக்கும் உற்சாகத்தை அளித்தது. ஆனால் லோகி உள்ளூர இறந்துகொண்டிருந்தார். அவருக்கு இதயத் தமனிகளில் மூன்று அடைப்புகள் இருந்திருக்கின்றன. எட்டுமாதம் முன்னரே டாக்டர்கள் அவரை எச்சரித்திருந்தார்கள். ஆனால் அதை மிகுந்த ரகசியமாக வைத்திருந்தார் அவர். ஆஞ்சியோ பிளாஸ்ட் செய்யவேண்டும் என்று டாக்டர்கள் சொன்னபோது அதை தொடர்ந்து ஒத்திப்போட்டுக்கொண்டே இருந்திருக்கிறார்.

இது எதுவுமே எனக்குத்தெரியாது. அவருடன் நான் இருந்த நாட்களில் எல்லாம் மருந்துகளாக சாப்பிட்டுக்கொண்டிருந்தார். ஆயுர்வேத ஹோமியோ மருந்துகளை கண்டபடிக்குச் சாப்பிடுவது அவரது பழக்கம். இந்த மருந்து எதுக்கு என்றால் 'நல்ல சிந்தனைகள் வரும்' என்பார். தூக்கத்துக்கு ஒன்று. ஜீரணத்துக்கு ஒன்று. நன்றாக 'பஞ்சஸார அடிப்பதற்கு' ஒன்று. பெண்களுக்கு நாம் சொல்வது புரிவதற்காக ஒரு லேகியம்... அதைக் கிண்டல்செய்து அப்படியே விட்டுவிட்டேன்.

மன அழுத்தம் செயல்களை ஒத்திப்போடச்செய்யும். செய்வதையே மீண்டும் செய்தபடி ஒரு இடத்தில் சடைந்து அமரச்செய்யும். சாப்பிடச்செய்யும். குளிக்கச்செய்யும். நான் டிசம்பரில் பார்த்தபோது லோகிக்கு தொந்தி பெருத்திருந்தது. அதைப்பற்றிச் சொன்னேன். 'மலையாளிகளுக்கு தொந்தி வைத்துக்கொள்ள லைசன்ஸ் உண்டு' என்றார். 'ஏன்?' என்றேன். 'மலையாள முறைதான் காரணம்.'

'என்ன முறை?' என்றதற்கு லோகி ஒரு கதை சொன்னார். வேலாயுதனிடம் வெள்ளைக்காரத்துரை சொன்னார் 'How do you do?' வேலாயுதன் பதில் சொன்னான் 'I dont do. Ammukutty only do.' பயங்கரமான வெடிச்சிரிப்பு. கண்ணில் கண்ணீர் வரும் வரை.

மன அழுத்தம் கொண்டவர்கள் மருத்துவத்தை முற்றாகத் தவிர்ப்ப வர்களும் உண்டு. இரவுபகலாக மருத்துவமே கதி என்று கிடப்பவர் களும் உண்டு. லோகி இரண்டாவது ரகம். ஒன்றுமில்லை என்று தனக்குத்தானே சொல்லிக்கொண்டு மேலே செல்ல முயன்றார். ஆஞ்சியோபிலாஸ்ட் செய்ய வற்புறுத்திய எர்ணாகுளம் அம்ரிதா மருத்துவமனை டாக்டரிடம் லோகி பீஷ்மர் படப்பிடிப்பு தொடங்கிய பின் ஆகஸ்டில் வருவதாகச் சொல்லியிருக்கிறார். அது ஒரு தப்பித்தல்.

ஏதோ ஒரு கட்டத்தில் வாழ்வாசை உள்ளூர அவரில் இருந்து மறைந்து விட்டிருந்ததா என்ன?

3

உப்பிட்ட வாழ்க்கைகள்

லோகிததாஸின் திரைக்கதைகள்

அ. முள்முடி

ஒரு செவ்விலக்கிய ஆக்கத்தின் உண்மையான கதாநாயகன் விதிதான் என்று ஒரு கூற்று உண்டு. விதி என்னும்போது இங்கே முன்வினைகள் நிகழும் வினைகளாக விளைந்து வருதலை குறிப்பிடவில்லை. மனிதன் அவன் அறியாத இறை விளையாட்டுக்களால் பந்தாடப்படுவதையும் குறிப்பிடவில்லை. இங்கே விதி என்று கூறப்படுவதை பிரபஞ்ச இயக்கம் என்று கூறலாம். மானுட வாழ்வின் ஒட்டுமொத்த பரிணாமம் என்று கூறலாம். வாழ்க்கையின் மகத்தான வலைப்பின்னல் என்று கூட கூறலாம். அதைத்தான் செவ்வியல் கலைஞன் கூற முற்படுவான்.

அந்த விதியின் மாபெரும் கதை என்று மகாபாரதத்தை கூறலாம். மகாபாரதத்தின் ஒவ்வொரு கதாபாத்திரமும் பிற பல்லாயிரம் கதாபாத்திரங்களின் வாழ்க்கையுடன் பின்னிப் பிணைந்துள்ளது. யாருக்கும் அவர்களுக்கு மட்டுமேயான கதை இல்லை. ஒட்டு மொத்தமாய் பெருகி வழிந்தோடும் வாழ்க்கைப் பெருவெள்ளத்தின் துளிகள்தான் ஒவ்வொரு கதாபாத்திரமும். அந்தப் பின்னல் அவர்கள் வாழும் காலத்தில் பக்கவாட்டில் விரிந்து விரிந்து செல்கிறது. அத்துடன் முற்பிறவிகளால் இறந்த காலத்தில் பின்னிப் படர்கிறது. மறுபிறவிகள் மூலம் வரும் காலத்தில் பரவிச் செல்கிறது. அந்த வலையில் ஒவ்வொரு கதாபாத்திரமும் மாட்டியிருக்கின்றது. ஒவ்வொரு கதாபாத்திரமும் தன் ஒவ்வொரு செயல்பாட்டின் மூலமும் அந்த வலையை பின்னிக் கொண்டும் இருக்கிறது.

மகாபாரதம் வியாசனின் ஆக்கம். வியாசன் உச்சரித்து விட்டவையே உலகில் அத்தனை கதைகளும் 'வியாச உச்சிஷ்டம் ஜகத் சர்வம்' என்ற தொன்மையான பழமொழி கூறுவதும் இதையே.

வியாசனின் பக்தராக இருந்தார் லோகி. ஒருமுறை அவரது கதை ஒன்றின்மீது உரிமைகோரி ஒரு வழக்கு தொடுக்கப்பட்டது. பாலக்காடு நீதிமன்றத்தில் லோகி கூண்டில் ஏறினார். நீதிபதி கேட்டார். 'உங்கள் கதை அசலா?' லோகி சொன்னார் 'இல்லை' நீதிபதியும் வழக்கறிஞர் களும் அதிர்ந்து போனார்கள். 'அப்படியானால் இது யாருடைய கதை?' என்றார் நீதிபதி. 'இது வியாச மகரிஷியின் கதை. மண்ணில் எழுதப்படும் கதைகள் அனைத்துமே அவர் உருவாக்கிய கதைகளின் நகல்கள்தான்.' என்றார் லோகி.

'இந்தக் கதையின் மூல வடிவத்தைச் சொல்லுங்கள்' என்றார் நீதிபதி. லோகி அதை விவரித்தார். உணர்ச்சிகரமாக கதை சொல்பவர் அவர். நீதிமன்றத்தில் ஆர்வம் பரவியது. 'அப்படியானால் இது எந்தக்கதை?' என்று இன்னொரு கதையைச் சுட்டிக்காட்டி கேட்டார் நீதிபதி. அதன் மூலத்தை விளக்கினார் லோகி. அப்படியானால் இது? அதையும் லோகி விளக்கினார். மகாபாரதத்தின் முடிவிலா முகங்கள்.

'அப்படியானால் உங்கள் பங்களிப்புதான் என்ன?' என்றார் நீதிபதி. லோகி 'நான் அந்தக்கதைகளுக்கு சமகால வாழ்க்கையை அளிக்கிறேன். என் ரத்தத்தாலும், கண்ணீராலும் அவற்றுக்கு உணர்ச்சிகளை அளிக்கிறேன். நான் அந்தக் கதைகளில் மீண்டும் வாழ்கிறேன். அதில் தெரியும் கதை புராதனமானது. அதில் உள்ள வாழ்க்கை என்னுடையது. என் கண்ணீரும் சிரிப்பும் அவற்றை இன்றைய ரசிகனுக்கு கொண்டு செல்கின்றன' என்றார். வழக்கு தள்ளுபடியாயிற்று.

இந்தக் கதையை லோகி என்னிடம் சொன்னபோது, அவரது கண்கள் ஒளிவிட்டன. மிகமெல்ல கீழிமைகள் ஈரமாயின. நான் கேட்டேன், 'சரி லோகி, கிரீடம் மகாபாரதத்தில் எந்தக்கதை?' லோகி புன்னகை புரிந்தார். 'சேதுமாதவன் ஒரு கடையின் வாசலில் அமர்ந்திருந்தான். அவன் கண்முன் எதிர்காலம் பற்றிய கனவுகள். வேலை. ஒரு காதலி. இனிய ஒரு குடும்ப வாழ்க்கை. அப்போது அவனுடைய கண்ணுக்கு முன்னால் அந்தச் சிறிய நகரத்தின் முச்சந்தியில் ஒரு பத்மவியூகம் விரிந்தது. அதற்குள் நுழைய அவனுக்குத் தெரியும். ஆனால் வெளியேற வழி தெரியாது. அவனுக்கு என்று அல்ல, எவருக்குமே அதிலிருந்து வெளியேறும் வழி தெரியாததுதான். சேது ஒரு கணம் தயங்கினான். அவனுக்குத் தெரியும் உள்ளே நுழைந்தால் என்ன ஆகும் என்று. ஆனால் ஒன்றும் செய்ய முடியாது. அது அவன் அப்பாவுக்குச் செய்தாக

வேண்டிய கடமை. அதை அவன் செய்யவில்லை என்றால் கோழை யாக ஆகிவிடுவான். ஆகவே அவன் இறங்கி வந்தான். வியூகத்தை உடைத்து உள்ளே புகுந்தான். கிரிக்காடன் ஜோஸை தாக்கினான்.'

ஆம், அபிமன்யுவின் கதையேதான். அதுதான் லோகியின் மாயம். அவருள் விழுந்த மகாபாரதத்தின் கதை நிஜவாழ்க்கையின் ஒரு யதார்த்தத்தை ஒரு புள்ளியில் வந்து சந்திக்கிறது. அங்கே அவரது திரைக்கதை ஆரம்பிக்கிறது. அந்த நிகழ்ச்சியை லோகி சொல்லியிருக்கிறார். சிறுவயதில் கேட்ட கதை. ஒரு சிறிய கிராமத்துக் கள்ளுக்கடை. மது அருந்திக் கொண்டிருக்கும் சமானியனான ஆசாரியை உள்ளூர் ரவுடி தேவை இல்லாமல் மிரட்டுகிறான், அடிக்கிறான். சட்டென்று தற்காப்புக்காக ஆசாரி தன் உளியை எடுத்து வீசுகிறார். ரௌடி இறந்துவிடுகிறான்.

லோகி சந்திக்கும்போது அந்த ஆள் சிறைக்குச் சென்று மீண்டு வந்து நகரின் அஞ்சப்படும் ரௌடியாக இருக்கிறான்! தன் இருப்பில் இருந்த கட்டாரியை எடுத்துக்காட்டி ஆசாரி சொன்னான், 'உள்ளே வந்து விட்டேன். இனி வேறு வழியே இல்லை. நான் போராடித்தான் ஆகவேண்டும். வெளியே போக வழியே இல்லை. ஒரே வழி இதுதான். இந்தக் கத்தி போல எனக்காக ஒரு கத்தி எங்கோ இருக்கிறது. அது என் விலாவைத் துளைத்து நுழையும். அதுதான். அதுவரை இந்த வியூகத்தின் உள்ளேதான் என் வாழ்க்கை.'

பிறகு ஒரு தருணத்தில் லோகி நினைத்துக் கொண்டார். 'அடடா இதுவல்லவா பத்ம வியூகம்' என்று. அங்கே விழுந்தது கிரீடத்தின் முதல் விதை. பலருக்கும் தெரியாத ஒன்று உண்டு. லோகி எழுதிய முதல் திரைக்கதை 'தனியாவர்த்தனம்' அல்ல. அது முதலில் படமாக்கப் பட்டது. ஆனால் அது மூன்றாவது திரைக்கதை மட்டும்தான். லோகியின் முதல் திரைக்கதை இரண்டாவதாக வெளிவந்த 'எழுதாப் புறங்கள்'. இரண்டாவது திரைக்கதை 'கிரீடம்'. பிறகுதான் 'தனியா வர்த்தனம்'. கிரீடம் இரண்டரை வருடம் லோகியின் கையில் இருந்த திரைக்கதை. அதை அவர் திரையில் கண்டபோது எதையோ இழந்ததாகவே உணர்ந்தார் என்று கூறியிருக்கிறார்.

பத்மவியூகமாக வந்த விதியின் கதைதான் கிரீடம். சேதுமாதவன் அவனை சுற்றியிருப்பவர்களால் சிறகின் வெதுவெதுப்புக்குள் வைத்து அரவணைக்கப்படுகிறான். அப்பாவுக்கும் மாமாவுக்கும் அவன் எதிர்காலம். அம்மாவுக்கும் முறைப் பெண்ணுக்கும் அவன் நிகழ்காலம். அப்போதுதான் விதி தன் வலையை விரிக்கிறது. கிரீடம் படத்தின் வலிமையே சேதுமாதவன் ஜோஸை தாக்க முடிவெடுக்கும் தருணத்தை லோகி எழுதியிருக்கும் விதம்தான். அப்பாமீது அபாரமான

பிரியம் உள்ளவனாக, அப்பாவின் செல்லப் பிள்ளையாக இருக்கிறான் சேதுமாதவன்.

அவனுடைய கண்ணுக்கு முன்னால் அப்பாவை கேடி கிரிக்காடன் ஜோஸ் போட்டு அடிக்கிறான். கடை வராண்டாவில் அமர்ந்திருக்கும் சேது மாதவன் அந்தக் காட்சியை பார்ப்பதைத் தவிர்க்கிறான். தாள முடியாத தவிப்புடன் தன்னைக் கட்டுப்படுத்திக் கொள்கிறான். செயலிழந்தவனாக இருப்பதற்கு முயற்சி செய்கிறான். ஆனால் அப்பாவை கிரிக்காடன் ஜோஸ் கொலை செய்துவிடுவான் என்ற கணம் வருகிறது. எந்தக் கொலைக்கும் அஞ்சாதவன் ஜோஸ். இன்னும் சில கணங்கள் சேது பேசாமலிருந்திருந்தால் அவன் கண்ணுக்கு எதிரே அப்பா பிணமாகியிருப்பார். அவனுக்கு இன்னொன்றை தேர்வு செய்யும் வாய்ப்பே இல்லை. அவன் பாய்கிறான்.

கிரிக்காடன் ஜோஸுடன் நடக்கும் அந்தச் சண்டையிலும் சண்டையை தவிர்க்கவே சேது முனைகிறான். மௌனமாக அடி வாங்குகிறான். ஆனால் மீண்டும் இன்னொரு தருணம் வருகிறது. அடி வாங்கி புழுப்போல அவன் சாகலாம் அல்லது அவன் திருப்பி அடிக்கலாம். அடிபட்டு தெறித்து விழும் சேதுவின் கையில் ஒரு கம்பு அகப்படுகிறது. பாதாளத்தில் விழுபவனுக்கு பிடி கிடைத்த உயிர்காக்கும் கொடிபோல அது. அவன் அந்தக் கம்பை எடுத்தபடி 'ஹ' என்ற ஒலியுடன் துடித்தெழுகிறான்.

அது உண்மையில் சேதுவின் முடிவே அல்ல; அவனுடைய உயிரின் முடிவு. தங்கி வாழவும், தப்பிச் செல்லவும், ஓயாது துடிக்கும் உயிரின் ஆதி விழைவு. அவன் திருப்பி அடிக்கிறான். ஜோஸை அடித்து வீழ்த்தும்போது அவன் முகத்தில் கோபமும் வெறியும் தெரிவதில்லை. பயமும் தப்பியோடும் விருப்பமும்தான் தெரிகின்றன. அடித்துப் போட்டுவிட்டு சேதுமாதவன் கொக்கரிக்கவில்லை. அது அவனுக்கு ஒரு வெற்றி அல்ல. அது ஒரு மாபெரும் தோல்வி. தன்னைதன் விதியை விதியாகி வந்த சூழலை வெறுத்து மனம் உடைந்து அந்தக் களத்தில் அமர்ந்து சேதுமாதவன் குமுறி அழுகிறான்.

'அடிப்பதும் அடிபடுவதும் ஒரு போலீஸ்காரனின் வேலை. அதற்குத் தான் அவனுக்கு சம்பளம் தருகிறார்கள். அவனை பாதுகாக்க அவனுடைய துறை உண்டு. நீ எதற்காக உள்ளே வந்தாய்?' என்று அச்சுதன் நாயர் மகனிடம் கேட்கிறார். 'பின்னே நான் என்ன செய்திருக்க வேண்டும்? அப்பா அடிபட்டுச் சாவதை கைகட்டி பார்த்திருக்க வேண்டுமா என்ன?' என்று கேட்கிறான் சேது. அச்சுதன் நாயருக்கு பதில் இல்லை. தலைகுனிகிறார். அந்த பதிலே இல்லாத தருணம் அத்தனை

வலுவுடன் சித்தரிக்கப்பட்டிருப்பதனால்தான் கிரீடம் அந்த காவியத் தன்மையை அடைந்தது. மற்றபடி அது ஒரு எளிமையான சண்டைப் படம் தான். தெலுங்கிலும் தமிழிலும் இந்தியிலும் அந்தப்படம் மறு ஆக்கம் செய்யப்பட்டபோது இந்த விதியின் தருணத்தை சாதாரணமான ஒரு அடியின் தருணமாக மாற்றி 'மேம்படுத்தி'னார்கள் இங்கே உள்ளவர்கள். அந்தப்படங்கள் சர்வ சாதாரணமான சண்டைப் படங்களாகவே எஞ்சின.

கிரீடத்தில் சேதுமாதவன் எஞ்சிய படம் முழுக்க அந்த பத்மவியூகத்தில் இருந்து வெளியே வருவதற்காகவே முயல்கிறான். அவனிடம் தெரிவதெல்லாமே புதை மணலில் மாட்டிக் கொண்டவனின் பதற்றமும் பயமும்தான். வெளியே வருவதற்கான முயற்சிகள் எல்லாமே மேலும் மேலும் புதைவதற்குத்தான் உதவுகின்றன. சேது மாதவனின் உள்ளத்தில் கொந்தளித்துக் கொண்டிருப்பது வாழ்வுக்கான ஆசை மட்டுமே.

ஆனால் மெல்ல அவன் தனிமைப்படுகிறான். அவனை கைநீட்டி பிடித்து தூக்கிவிட வேண்டியவர்கள் ஒவ்வொருவரும் வேறு வழியே இல்லாமல் விலகிச் செல்கிறார்கள். முதலில் நண்பர்கள். பிறகு அப்பா, அம்மா, சகோதரர்கள்.

தன் காதலியைக் கண்டு கடைசியாக விடைபெறச் செல்கிறான் சேது. 'எனக்குத் தெரியவில்லை. நான் எங்கே செல்கிறேன் என்றே தெரிய வில்லை. எனக்கு எல்லாமே இழப்பாகின்றன. உன்னையும் நான் இழந்தாகவேண்டும்' என்று சொல்கிறான். தப்பமுடியாது என்ற பிரக்ஞை அவனுக்குள் வந்தபிறகு பிறந்த விரக்திமிக்க அமைதி அவனில் நிரம்பி விட்டிருக்கிறது. அந்தப் புதை சேற்றின் அடிவயிற்றில் தான் தன் முடிவு என்று அவன் கண்டுவிட்டிருந்தான். 'நானும் கூட வருகிறேன். எங்கே போனாலும் கூடவே வருகிறேன்' என்று அவள் சொல்லும்போது, 'இல்லை. நீ எனக்கு ஒரு சுமை. நானே இன்று எனக்கு ஒரு சுமை' என்கிறான் சேதுமாதவன்.

அவனைக் கொல்லவரும் பரமேஸ்வரனை அடிக்கும் இடத்தில்தான் வாழ்தலுக்கான அவனுடைய கடைசி இச்சை வெளிவருகிறது. பரமேஸ்வரனை அடித்துத் தூக்கிப் போட்டுவிட்டுச் செல்கிறான் சேது. 'போ. இன்று மதியத்திற்குள் உன் தலையை எடுப்பேன்' என்று பரமேஸ்வரன் கத்த, திரும்பி வந்து, 'நானும் வாழவேண்டும்!' என்று கூவியபடி அவனை அடித்துத் துவைக்கிறான். கடைசி இடுக்குவரை ஓடியபின் சேதுமாதவன் திரும்பி நின்றுவிட்டான். புதைமணலை அஞ்சுவதை அவன் விட்டுவிட்டான். கடைசியில் மீண்டும் அவனைத் தேடிவரும் கிரிக்காடன் ஜோஸை அடித்துக் கொல்கிறான். புதைமணலுக்குள் அவன் தலை புதைந்து மறைகிறது.

தன் அற்புதமான நடிப்பால் மோகன்லால் உயிருட்டிய இந்தப் படத்தில் அந்தக் கடைசித் தாக்குதலுக்குப் பிற்பாடு கையில் கத்தியுடன் சேது மாதவன் அமர்ந்திருக்கும் காட்சியே உச்சம். பலமுறை பார்க்கும்போது ஈடிணையற்ற ஒரு நடிகன்முன் நாம் அமர்ந்திருக்கிறோம் என்ற எண்ணத்தை உருவாக்கும் காட்சி அது. சேதுமாதவன் கண்களில் பயங்கரமான ஒரு வெறிப்பு குடியேறி விட்டிருக்கின்றது. அதுவரை வாழ்க்கையை துளிகளாகப் பார்த்துக் கொண்டிருந்தவன் அப்போது கடலாகப் பார்த்துவிட்டான். விதியை அதன் விஸ்வரூபத்தில் தரிசித்து விட்டான். அந்த பிரமிப்பு அந்த உக்கிரமான பரிதவிப்பு அவன் கண்களில் தெரிகிறது.

ஒரு பக்தன் கடவுளை பற்றிக் கொண்டிருப்பதுபோல அந்தக் குருதி படிந்த கத்தியை பற்றிக் கொண்டிருக்கிறான் சேதுமாதவன். அவனை நோக்கி வரும் ஒவ்வொரு அசைவையும் தாக்குதலாகவே நினைக் கிறான். மொத்த உலகுமே அப்போது அவனுக்கு எதிரியாக ஆகிவிட்டிருக்கிறது. உறவுகள் இல்லை. சுற்றம் இல்லை. அவனுக்கு என்று எவருமே இல்லை. முதன்முதலில் கிரிக்காடன் ஜோஸைத் தாக்கிய தருணம் முதல் அவன் படிப்படியாக தனிமையாகிக் கொண்டே இருந்தான். அந்தத் தனிமை அந்தத் தருணத்தில் முழுமையடைந்து விட்டிருந்தது. பரிபூரணமான தனிமை. வேட்டை மிருகத்தின் தனிமை. வேட்டையாடப்படும் மிருகத்தின் தனிமை. அந்தத் தனிமையின் பீடத்தில் அமர்ந்திருக்கிறான் சேதுமாதவன் – பித்தனைப்போல...

மறுபக்கம் அவனுடைய அப்பா நின்று கதறுகிறார். 'சேது கத்தியை கீழே போடு'. ஆனால் சேது அவரிடம் இருந்தும் வெகுதூரம் விலகி விட்டிருந்தான். அவரும் அவனுக்கு அவனை வேட்டையாடும் சமூகத்தின் ஒரு பகுதிதான். அவனைக் கொல்லும் புதை மணலின் ஒரு துளிதான். 'மகனே கத்தியை கீழே போடுடா' என்று நெஞ்சடைக்க கூறிவரும் அச்சுதன் நாயர். பிறகு ஒரு கணத்தில் உடைந்து சிதறுகிறார். 'உன்னைப் பெற்ற அப்பன் சொல்றேண்டா, கத்தியை கீழே போடு'. அந்தக் கணத்தில் தனிமையின் மாயத்திரை கிழிந்து விலகி அவன் தன் அப்பாவைப் பார்க்கிறான். தன்னைப் பெற்று சீராட்டி வளர்த்த அந்தப் பழைய அப்பாவை. அவரை நிரந்தரமாக இழந்துவிட்டோம் என்று உணர்ந்தவனாக சேது அப்படியே அமர்ந்து குமுறி அழ ஆரம்பிக்கிறான்.

போலீஸ் இன்ஸ்பெக்டர் வேலைக்கு நடத்தைப் பரிசோதனை அறிக்கை கோரப்படுகிறது. அச்சுதன் நாயர் இன்ஸ்பெக்டரிடம் அறிக்கை கொடுக்கிறார். 'சேதுமாதவன் தகுதியற்றவன் சார், அவன் ஒரு நொட்டோரியஸ் கிரிமினல்' அவரது கண்களில் அமைதி. அவர் இறந்து

பிறந்து வந்தவர்போல. மகன் கைவிட்டுப் போகிறான் என்று உணர்ந்ததும் லாக்கப்புக்குள் நுழைந்து அவனை தாறுமாறாக அடித்து உதைத்த அதே அப்பா. அந்த அடிகளை எல்லாம் தந்தையின் பேரன்புமிக்க முத்தங்களாக எண்ணி அழுத அதே மகன். மகன் லாக்கப்பில் குற்றவாளியாக இருக்க அப்பா போலீஸ்காரராக அவனுடைய முடிவை அறிவிக்கிறார்.

கேரளத்தில் எத்தனையோ அறிவுஜீவிப் படங்கள் வெளிவந்துள்ளன. மேலும் வந்தபடியும் இருக்கின்றன. கேரளத்தின் 'கலைப்பட' மரபில் லோகி பெரிய மரியாதையுடன் குறிப்பிடப்படுவதும் இல்லை. ஆனால் கிரீடம் அளவுக்கு கேரள மனதில் பாதிப்பை உருவாக்கிய படங்கள் மிகமிகக் குறைவே. கிரீடம் கேரள மக்களின் அறிவுடன் உரையாட முற்பட்ட படம் அல்ல. அம்மக்களின் ஆழ்மன உணர்ச்சிகளுடன் விளையாடிய படம் – பெட்ரோலுடன் தீ போல!

கிரீடம் வெளிவந்து கால் நூற்றாண்டு ஆகப்போகிறது. இதனிடையே எத்தனையோ படங்கள் வந்தன. அரசாங்கங்கள் மாறின. தலைமுறைகள் மாறின. ஏன் லோகி சித்தரித்த வாழ்க்கைச் சூழலும், மனநிலைகளும் கூட மாறின. ஆயினும் இன்றும் கிரீடம் ஒரு பெரும் படைப்பாகவே பார்க்கப்படுகிறது. தலைமுறைகள் பிறந்து வந்து அந்தப்படத்தைப் பார்க்கின்றன. ஒவ்வொரு வாழ்க்கையிலும் அழிக்க முடியாதபடி பிணைக்கப்பட்ட விதியின் முத்திரைச் சரடைப் பற்றி பேசும்படம் அது. ஒவ்வொரு மனிதனுடனும் மிகமிக ஆழத்தில் அது உரையாடுகிறது.

லோகியின் படங்களில் ஆகச்சிறந்தது கிரீடம்தான் என்பது என் எண்ணம். அப்படி அல்ல என்று மறுப்பவர்களே எண்ணிக்கையில் அதிகம் இருப்பார்கள். ஆனால் ஒன்றை அவர்கள் மறுக்க மாட்டார்கள், கிரீடம் லோகியின் புனைவுலகின் உள்ளே நுழைவதற்கான மிகச்சிறந்த வாசல். அவரது ஆத்மா குடியிருக்கும் திரைக்கதைகளில் ஒன்று. ஒரு கதாசிரியனாக லோகி யார் என்பதை கிரீடத்தை வைத்து அறிய முடியும். லோகியின் எல்லா திரைக்கதைகளையும் கிரீடத்தின் மையக்கதா பாத்திரமான விதியை முன்னால் வைத்து அர்த்தபூர்வமாக விவாதிக்க முடியும்.

திரைக்கதை எழுத்தாளராக லோகிக்கு மலையாளத்தில் ஒரு கிரீடத்தை அளித்தது இந்தப் படம்தான். வாழ்நாள் முழுக்க லோகிக்கு அந்த மணிமுடி இருந்தது. ஆனால் அது எத்தகைய மணிமுடி? கிரீடம் என்ற தலைப்பு எத்தனை கசப்பு நிறைந்தது! ஏசு கிறிஸ்துவின் முள்முடிக்கு நிகர் அல்லவா அது? விதி முன்வந்து நின்று அந்த கிரீடத்தைச் சூட்டி அரியணையில் அமரச் செய்தது. கொதித்து உருகிக்கொண்டிருக்கும்

அரியணையில். அந்தத் தலைப்பின் வழியாக அந்தப் படத்தையும் தாண்டி லோகி எதையோ சொல்ல வருகிறார்.

கிரீடத்துக்குப் பிறகு லோகி திரும்பிப்பார்க்க நேரிடவில்லை. தனியாவர்த்தனம் கேரளத்தை உலுக்கிய படம் என்றாலும் லோகியின் படங்களில் ஆகச்சிறந்த வசூல்படம் கிரீடம்தான். மீண்டும் மீண்டும் கேரளமக்கள் கிரீடத்தை அரியணை ஏற்றியபடியே இருந்தார்கள். பிறகு எழுதிய பெரும்பாலான படங்கள் வழியாக லோகி கிரீடத்தின் கதாநாயகனை, விதியை, மகிமைப்படுத்தியபடியே இருந்தார் என்று கூறலாம்.

ஆ. சுக்கான்

மலையாளத் திரைப்பட உலகம் தமிழில் இல்லாத ஒரு முக்கியமான தனித்தன்மை உடையது. அங்கே எழுத்தாளன் என்ற தனி ஆளுமை உண்டு. மலையாள சினிமாவின் தொடக்க காலம் முதலே எழுத் தாளனின் இடம் உருவாகி வந்திருக்கிறது. ஆரம்பத்திலேயே புகழ் பெற்ற நாவல்களை படமாக்கியபடிதான் மலையாளத் திரைப் படத்துறை முளைத்து வந்தது. 1932ல் வெளிவந்த 'மார்த்தாண்டவர்மா' என்ற திரைப்படம்தான் மலையாள மொழியின் இரண்டாவது படம் என்று கூறப்படுகிறது. இது சி.வி.ராமன்பிள்ளை எழுதிய புகழ்பெற்ற நாவலின் திரைப்பட வடிவம். தமிழரான ஜே.சி. டானியல் இப்படத்தை தயாரித்தார். பதிப்புரிமைச் சட்டத்தை மீறியமையால் இப்படம் ஒரே நாளில் தடை செய்யப்பட்டது.

அதன்பின்னர் தொடர்ச்சியாக இலக்கியங்கள்தான் படமாக்கப்பட்டன. அடுத்தபடியாக இலக்கியவாதிகள் திரைத்துறைக்கு எழுத்தாளர்களாக கொண்டுவரப்பட்டனர். முன்னோடிகளில் முக்கியமானவர் உறூப் என்ற பேரில் எழுதிய பி.சி.குட்டிகிருஷ்ணன். இவர் உம்மாச்சு, சுந்தரி களும் சுந்தரன்மாரும் போன்ற அழியாப் புகழ் பெற்ற நாவல்களை எழுதிய பெரும் படைப்பாளி. இவர் எழுதிய நீலக்குயில் என்ற படம்தான் சரியான அர்த்தத்தில் முதல் 'மலையாள'ப்படம். கேரள மண்ணின் பண்பாட்டையும், பேச்சு மொழியையும் உணர்ச்சி நிலை களையும் மிகையின்றி திரையில் காட்டியது இந்தப்படம். 1954 ல் இது சிறந்த இரண்டாவது படத்துக்கான குடியரசுத்தலைவரின் வெள்ளிப் பதக்கம் பெற்றது. மலையாளப் படத்துக்கு கிடைத்த முதல் தேசிய விருது இது. இந்தப்படம் மலையாளப் படம் எப்படி இருக்க வேண்டும் என்ற ஒரு முன்வரைவை உருவாக்கியது என்று கூறலாம்.

அதன்பிறகு அன்றைய மலையாள இலக்கிய உலகின் பெரும் படைப் பாளிகள் மலையாளத் திரைக்கு வந்தார்கள். தகழி சிவசங்கரப்பிள்ளை எழுதிய 'ரண்டிடங்கழி', 'அனுபவங்கள் பாளிச்சகள்', 'செம்மீன்' போன்ற குறிப்பிடத்தக்க படங்கள் வந்தன. பி.கேசவதேவ் எழுதிய 'ஓடையில் இருந்து,' 'ரவுடி' போன்ற திரைப்படங்கள் வந்தன. எஸ்.கே.பொற்றெகாட்டு எழுதிய 'விஷ கன்யக', 'அடிமகள்', கே.சுரேந்திரன் எழுதிய 'தேவி', 'மாயா', பாறப்புறத்து எழுதிய 'நிணம் அணிஞ்ஞு கால்பாடுகள்', 'பணிதீராத வீடு' போன்ற படங்கள் வந்தன. இவை ஒவ்வொன்றுமே தங்கள் அளவில் கிளாசிக்குகள் என்றுதான் கூறவேண்டும். விதவிதமான கதைக்கருக்கள். மண்ணில் முளைத்து எழுந்த கதாபாத்திரங்கள். சத்யன் போன்ற மாபெரும் நடிகர்கள்; பி.பாஸ்கரன், கே.எஸ்.சேதுமாதவன், கே.வின்செண்ட் போன்ற பெரும் இயக்குநர்களின் கற்பனை ஆகியவை அவற்றை இன்னும் முக்கியத்துவம் இழக்காத படைப்புகளாக ஆக்கின.

மலையாளத் திரைப்பட உலகின் முதல் நட்சத்திர திரைக்கதை ஆசிரியர் என்றால் அது தோப்பில் பாஸிதான். தோப்பில் பாஸி கம்யூனிஸ்ட்டுக் காரர். ஒருங்கிணைந்த கம்யூனிஸ்ட் கட்சியின் முக்கியமான செயல் வீரராக இருந்தார். பிற்பாடு வலது கம்யூனிஸ்டு கட்சியில் பணி யாற்றினார். கம்யூனிஸ்டு கட்சியின் பிரசாரத்துக்காக அவர் எழுதிய 'நிங்கள் என்னெ கம்யூனிஸ்ட்டாகி', 'மூலதனம்' போன்ற நாடகங்கள் பெரும் புகழ் பெற்றவை. அதே நாடகங்கள் திரைவடிவம் பெற்றபோது அவர் திரையுலகுக்கு வந்தார். முந்தைய நாவலாசிரியர்களைப் போல அல்லாமல் நேரடியாக திரைக்கதை வடிவிலேயே எழுதுபவர் தோப்பில் பாஸி. அவரது படங்கள் தொடர்ச்சியாக வணிக வெற்றி பெற்றன. கலைப்படைப்புகளாகவும் அங்கீகரிக்கப்பட்டன.

தோப்பில் பாஸி உச்சத்தில் இருக்கும்போதே எம்.டி.வாசுதேவன் நாயர் திரையுலகுக்கு வந்துவிட்டார். 1968 ல் வெளிவந்த 'முறப்பெண்' என்ற படம்தான் அவர் திரைக்காக எழுதிய முதல் முயற்சி. ஏற்கனவே தன்னுடைய உணர்ச்சிகரமான நாவல்கள் மூலம் எம்.டி.வாசுதேவன் நாயர் பெரும் புகழ் பெற்றிருந்தார். மாத்ருபூமி வார இதழில் துணை ஆசிரியராகப் பணியாற்றிக் கொண்டிருந்தார். மலையாளத் திரையுலகு கண்ட உச்ச நட்சத்திர எழுத்தாளர் என்றால் அது எம்.டி.வாசுதேவன் நாயர்தான். ஏறத்தாழ நாற்பது வருடம் எம்.டி.வாசுதேவன் நாயர் மலையாளத் திரையுலகில் நட்சத்திர நடிகர்களுக்கு இணையான முக்கியத்துவத்துடன் இருந்தார்.

திரையுலகில் இரண்டு தலைமுறை நடிகர்கள் அவரது கதாபாத்திரங் களை நடித்திருக்கிறார்கள். இரண்டு தலைமுறை இயக்குநர்கள் அவரது

கதையை காட்சிப்படுத்தியிருக்கிறார்கள். எம்.டி. மலையாளத் திரையுலகில் ஒரு சமகால வரலாற்று நிகழ்வு. ஒரு தனிமனிதன் தன் கற்பனைத் திறன் மூலம் ஒரு பண்பாட்டையே வடிவமைத்து முன்னெடுத்து வந்ததை நாம் எம்.டி.யில் பார்க்கிறோம். மலையாளத் திரையுலகை திரும்பிப் பார்க்கையில் முக்கியமான படங்களாக நூறு படங்களைப் பட்டியலிட்டால் முப்பது படங்கள் எம்.டி. எழுதியவை யாக இருக்கும். இன்றைய மலையாளத் திரை ரசனை என்பதே எம்.டி.யால் படிப்படியாக வளர்த்து எடுக்கப்பட்ட ஒன்று.

எம்.டிக்குப் பிறகு மலையாளத் திரையுலகினரின் மிகப்பெரிய எழுத்தாளர் என்று பி.பத்மராஜனை சொல்லலாம். 1975ல் பரதன் இயக்கிய பிரயாணம் என்ற படத்திற்கு திரைக்கதை எழுதியபடி திரையுலகுக்கு வந்தார் பத்மராஜன். ஏற்கனவே 'நட்சத்திரங்களே காவல்' போன்ற புகழ்மிக்க நாவல்களை எழுதி பரவலாக கவனிக்கப் பட்டவர். காமத்தையும் வன்முறையையும் மானுட வாழ்வின் தவிர்க்க முடியாத அவலங்களுடன் பிரித்துக் காட்டிய பத்மராஜனின் திரைக் கதைகள் எழுபதுகளில் கேரளத்தில் உருவான புதிய அவலப்படங்களின் திசையைத் தீர்மானித்தன. 'தகரா', 'ரதி நிர்வேதம்', 'கரும்பின் பூவின் அக்கரெ', 'இதா இவிட வரே' போன்ற பெரும் வெற்றிப் படங்களை எழுதினார். பின்னர் அவரே இயக்குநர் ஆகி, 'பெருவழியம்பலம்', 'கள்ளன் பவித்ரன்', 'தூவானத் தும்பிகள்', 'தேசாடனக்கிளி கரயாறில்ல', 'அரப்பட்ட கெட்டிய கிராமத்தில்', 'நமுக்கு பார்க்கான் முந்திரி தோப்புகள்', 'ஞான் கந்தர்வன்' போன்ற படங்களை உருவாக்கினார்.

பத்மராஜனின் உச்ச காலத்திலேயே லோகி திரையுலகுக்கு வந்து விட்டார். அவர் வரும்போது மலையாளத்திரையில் பெரும் புகழ் பெற்ற திரைக்கதையாசிரியர்கள் பலர் இருந்தார்கள். கே.தாமோதரன் (ஈநாடு, ஆவநாழி, அங்காடி) ஜான்பால் (ஒரு மின்ன மினுங்நூன்றெ நுறுங்நு வெட்டம்) போன்ற பலர் இயங்கிக் கொண்டிருந்தார்கள். ஒரு களத்தில் உள்ள பல்வேறு கதாபாத்திரங்களின் பல்வேறு கதைகளை ஒன்றாகத் திரட்டி கதைச் செண்டாக திரைக்கதையை அமைக்கும் தாமோதரன் மாஸ்டருக்கு நேர் எதிராக ஒரு சிறிய கருவை எடுத்துக் கொண்டு மெல்லிய சரடாகச் சொல்லும் திரைக்கதைகளை எழுதினார் ஜான்பால். இந்தச் சூழலில்தான் வந்து சேர்கிறார் லோகி.

மலையாளத் திரைக்கதைகளை இரு பிரிவுகளாக பொதுவாகப் பிரிக்கலாம். அறிவார்ந்த கதைக்கருவும், நாடகத்தன்மை கலந்த தருணங்களும், கவித்துவமும் கொண்ட திரைக்கதைகள் ஒரு மரபு. அதற்கு முன்னோடி தோப்பில் பாஸிதான். எம்.டி.வாசுதேவன் நாயர்

அந்த மரபில்தான் வருகிறார். இவர்கள் கதாநாயகர்கள் பெரும்பாலும் புத்திசாலிகள். பலசமயம் அறிவுஜீவிகள். இவர்களுக்கு வரும் நெருக்கடிகள் அகவயமானவை. மானுட உறவுகள் சார்ந்தவை. அந்த நெருக்கடிகள் வழியாக அவர்கள் வலுவான நாடகத் தன்மையுடன் ஊடுருவிச் செல்வார்கள். பெரும்பாலும் இந்த வகையான கதைகள் உச்சத்தில் தீவிரமான கவித்துவம் மூலம் முடிவடைகின்றன. மலையாளத்தின் மிகச்சிறந்த பல திரைக்கதைகள் இந்த மரபில் வருபவை என்பதை காணலாம்.

உதாரணமாக தோப்பில் பாஸியின் பிரபலமான திரைப்படமான சரசய்ய (முள்படுக்கை) தொழுநோய் விடுதியின் மருத்துவராக இருப்பவர் கதாநாயகன். தொழுநோய் ஒரு முன்ஜென்ம பாவம் என்று மக்கள் நம்புகிறார்கள். தொழுநோயாளிகளும் அவ்வாறு நம்புவதனால் அவர்கள் அதற்கு சிகிச்சை எடுத்துக் கொள்வதில்லை. அவர்கள் ஒரு தனிச் சமூகமாக மாறி இரந்து உண்டு வாழ்கிறார்கள். இந்நிலையை மாற்றவேண்டுமானால் தொழுநோய் ஒரு நோய் மட்டும்தான் என்று மக்களையும் நோயாளிகளையும் நம்ப வைக்க வேண்டும். அதற்காக போராடுகிறார் கதாநாயகன். தொழுநோய் குணப்படுத்தக்கூடியது என்றும் குணமான நோயாளி பிற எவரைப் போலவும் தன் வாழ்க்கையை அமைத்துக்கொள்ள முடியும் என்றும் பிரசாரம் செய்கிறார்.

அங்கே நோயாளியாக வந்து சேர்கிறாள் கதாநாயகி. தொழுநோய் அறிகுறி கண்டதனால் காதலனால் கைவிடப்பட்டவள். தான் ஒரு பெரும் பாவி என்ற நம்பிக்கையில் இருக்கும் அவளுக்கு ஆறுதலும் உற்சாகமும் ஊட்டி அவளை சிகிச்சை செய்து குணப்படுத்துகிறார். நோய் குணமாகியபின் அவள் திரும்பிச் சென்றபோது அவளது குடும்பமும் காதலனும் எவரும் அவளை ஏற்றுக்கொள்ளவில்லை. ஒவ்வொருவருக்கும் அவள் தொழுநோயாளியாகவே தென்படுகிறாள். மனம் உடைந்த அவள் திரும்பி வருகிறாள். 'என்னை ஏன் குணப் படுத்தினீர்கள், இப்போது நான் நோயாளிகளின் உலகிலும் இல்லை, நோயற்றவர்களின் உலகிலும் இல்லை' என்று கதறுகிறாள். கதா நாயகன் அவளை மணக்க முடிவெடுக்கிறான். நாம் நம்பும் ஒரு விஷயத்தை நம்மிடமிருந்தே தொடங்கமுடியும் என்று அவன் உணர்கிறான்.

இந்தக் கதையில் உள்ள அறிவுத்தளம் சார்ந்த விவாதமே தோப்பில் பாஸியின் தனித்தன்மை. ரசிகனை அவர் விவாதிக்கச் செய்கிறார். சமூகப் பிரச்சினைகளையும் உறவுச் சிக்கல்களையும் அலசுகிறார். அதேசமயம் இந்தப்படம் ஒரு வழக்கமான கருத்துப்படம் அல்ல. இதில்

செயற்கையான நிகழ்வுகளோ, நேரடியான பிரச்சினை விவாதங்களோ இல்லை. இது முழுக்க முழுக்க யதார்த்த தன்மையுடன் நாடகியமான உணர்ச்சிகளுடன் நகரும் ஒரு படம். கிட்டத்தட்ட அரை நூற்றாண்டுக்குப் பின்னரும் இந்தப்படம் சிறந்த நடிப்பும் கச்சிதமான கதையும் கொண்டதாக இருக்கிறது. ஒளிப்பதிவாளரும் இயக்குநரு மான வின்செண்ட் கறுப்புவெளுப்பு காட்சிச் சட்டகங்களில் விசித்திர மான கொடுங்கனவுத்தன்மையை படத்துக்கு அளித்திருக்கிறார். குறிப்பாக முள்மரங்களின் நிழல்கள் ஆடும் காட்சிச் சட்டகங்களைச் சொல்லலாம்.

எம்.டி.வாசுதேவன் நாயர் எழுதிய 'அமிதம் கமய' ஒரு முக்கியமான படம். ஐ.வி.சசி இயக்கி மோகன்லால் நடித்த இப்படத்தின் கதாநாயகன் கல்லூரியில் படிக்கும்போது விளையாட்டாக ராகிங் செய்யப்போய் இதய நோயாளியான ஒரு சக மாணவனைக் கொன்று விடுகிறான். ஒரு பேராசிரியரால் அந்தக் குற்ற உணர்ச்சியில் இருந்து மீட்கப்பட்டு மருத்துவம் கற்று தன் மாமா வீட்டுக்கு வருகிறான். மாமாவின் செல்வ வளமிக்க மகளை மணந்து ஒரு கிளினிக் நடத்துவதே நோக்கம். அங்கே ஒரு சிறு பெண்ணை சந்திக்கிறான். மிகமிக ஏழையான கோயில் அர்ச்சகர் குடும்பத்துப் பெண். அவளுடைய அண்ணாதான் கதாநாயகனால் கொல்லப்பட்டவன். அக்குடும்பத்தின் ஒரே நம்பிக்கைத் துணாக இருந்தவன் அவன்.

பிராயச்சித்தமாக அந்தப் பெண்ணை மருத்துவருக்கு படிக்க வைக்கிறான். அவர்களின் உறவு குறித்து ஊரே தப்பாகப் பேசுகிறது. உறவுகள் முறிகின்றன. காதலி பிறனை திருமணம் செய்து செல்கிறாள். மக்கள் நடுவே செல்வாக்கு சரிகிறது. மொத்த வாழ்க்கையையும் பலி கொடுத்து அவளை படிக்க வைக்கிறான். பட்டம் வாங்கி அவள் திரும்பு கிறாள். அவனுக்கே தன்னை கொடுக்க வேண்டும் என்ற ஆசை இருக்கிறது. அவள் அம்மாவும் அதையே விரும்புகிறாள். ஆனால் அவன் மறுத்து விடுகிறான். அந்த தியாகம் ஒரு பிராய சித்தமாகவே இருக்கவேண்டும், பிறிதொன்றாக ஆகக்கூடாது என்கிறான். 'கணக்குப் போட்டுப் பார்த்தேன். வாழ்க்கையின் பேலன்ஸ் ஷீட்டில் இப்போது வரவும் செலவும் சமம். மிச்சம் பூஜ்யம். இதுதான் நிம்மதி' என்கிறான்.

இந்தப்படத்திலும் அதே அறிவார்ந்த நுட்பமான நாடகத்தன்மை உள்ளது. படம் முடிந்து வருபவர்கள் அந்தச் சிக்கலைப்பற்றி மீளமீள யோசிப்பதே அந்தப் படத்தின் பலம். எம்.டி.வாசுதேவன் நாயரின் திரைக்கதைகளின் பலமே மிகமிக வலுவான கதாபாத்திரங்கள். உக்கிரமான வசனங்கள். கசப்பையும், வன்மத்தையும் சுமந்து அலையும் கதாபாத்திரங்கள் வழியாகவே எம்.டி.யின் பல படங்கள் தங்களை நிகழ்த்திக் கொள்கின்றன.

இந்த மரபின் படங்களில் கதை நிகழும் சூழல் திரைக்கதையில் பிரிக்கமுடியாதபடி கலந்திருப்பதில்லை. ஒரு நிலப்பகுதி, அங்கே உள்ள மக்களின் வாழ்க்கையும் பண்பாடும், நுண்ணிய தகவல்கள், தனித்தன்மை கொண்ட தருணங்கள் எதையும் இவை முன்வைப்ப தில்லை. இந்தப் படங்களை உலகில் எந்த நிலப்பகுதிக்கும் அப்படியே மாற்றிவிடலாம். கதாபாத்திரங்களும் அவர்களின் சிக்கல்களும் மட்டுமே முக்கியம். அந்த மனித நாடகத்துக்கு ஒரு நம்பகமான மேடையை அமைப்பதற்கு மட்டுமே சூழல் சித்தரிக்கப்படுகிறது.

இதற்கு மாற்றான மரபு என்பது உறூபில் இருந்து தொடங்குவதாகும். அதன் அடுத்த பெரும் படைப்பாளி பத்மராஜன். அதற்குப்பிறகு லோகி. இந்த இரண்டாவது மரபின் இயல்புகள் நேர்மாறானவை. இந்த மரபை சாதாரணமானவர்களின் வாழ்க்கை என்று கூறிவிடலாம். காமகுரோதமோகங்களால் அலைக்கழிக்கப்படும் எளிய மக்கள். பசியாலும் அவமானத்தாலும் துரத்தப்படுபவர்கள். அதிகாரத்தின் முன் கூசி ஓடுங்கி நிற்பவர்கள். பூமியில் தனக்கென ஒரு இடத்துக்காக தத்தளிப்பவர்கள். எந்தவகையான ஆழ்ந்த அறிவுத்தளத்திலும் செயல் படாதவர்கள். ஆகவே அவர்களின் சிக்கல்களும் எளிமையானவை, நேரடியானவை. அதனாலேயே உக்கிரமானவை. நாடகீய உச்சத்தின் கவித்துவத்தை இவை அடைவதில்லை. தரிசன உன்னதங்களைத் தொடுவதில்லை. மானுட உணர்ச்சியின் ஆழங்களை மட்டுமே காட்டி முடிகின்றன. பத்மராஜனுக்கு இணையாக இதே தளத்தில் ஜான்பால் செயல்பட்டார் என்று கூறலாம். லோகி அவ்விருவரின் உலகை முன்னெடுத்துச் சென்றவர்.

தேசிய விருது பெற்ற படமான நீலக்குயில் படத்தையே எடுத்துக் கொள்வோம். அதில் கதாநாயகன் ஒரு உயர்சாதி ஆசிரியர். பாலன் மாஸ்டர். அவர் ஒருமுறை மழைக்காக ஒதுங்கிய இடத்தில் ஒரு புலையசாதிப் பெண் நீயுடன் உறவு கொள்கிறார். அவள் கர்ப்பம் ஆகிறாள். ஊரே அவளை பழி சுமத்துகிறது. புறக்கணிக்கிறது. சாதி விலக்குக்கு பயந்து அவளுடைய குழந்தைக்கான பொறுப்பை மாஸ்டர் ஏற்றுக் கொள்வதில்லை. ஆனால் அவரது மனசாட்சி எரித்துக் கொண்டிருக்கிறது. உள்ளூர அவர் உருகிக் கொண்டிருக்கிறார். ஆனால் ஒன்றும் செய்ய முடியவில்லை. இயல்பான கோழைத்தனம். உயர்சாதி மேட்டிமைத்தனம்.

அவள் ஒரு குழந்தையை பெற்றபின் இறக்கிறாள். மனசாட்சியால் வேட்டையாடப்படும் மாஸ்டரின் வாழ்க்கை அலைக்கழிகிறது. சோதனைகளுக்கு உள்ளாகி தனியாகி நிற்கும் மாஸ்டர் மெல்ல தன் மனசாட்சியின் குரலை கவனிக்கும் தைரியத்தை அடைகிறார். அந்தக் குழந்தையை வெளிப்படையாக தன் குழந்தை என்று கூறி அவர் ஏற்றுக்

கொள்ளும் தருணமே கதையின் உச்சம். ஒரு சாதாரண மனிதன் தன்னுடைய இயல்பான அற்பத்தனத்தை மீறி ஆன்மீகமான விழிப்பை அடையும் இடம். மிகவும் நுட்பமான உணர்ச்சிகளால் அது உருவாக்கப் பட்டிருந்தது. மிகமிகக் குறைவாக நடித்து அந்த இடத்தை கவித்துவ மாக்கியிருந்தார் சத்யன்.

இந்தக்கதையின் முக்கியமான அம்சமே கதாநாயகன் மிகமிகச் சாமானியன் என்பதே. எவ்வகையான கலியாணகுணமும் அவனிடம் இல்லை. அவனுடைய பலங்களை பற்றியதல்ல படம், பலவீனங் களைப் பற்றியதே. இத்தகைய ஒரு கதாபாத்திரத்தில் நடிக்க இன்றைய நடிகர்கள் தயங்குவார்கள். பின்னர் பத்மராஜன் உருவாக்கியதும் இத்தகைய கதைகளையே. அவரது ஆரம்பகாலப் படங்கள் கதா நாயகர்களே கிடையாது. சாதாரணமான நடிகர்கள்தான் நடித்தார்கள். பெரும்பாலும் புதுமுகங்கள். நடிகர்கள் பிற்பாடு அவர் படங்களில் நடித்தபோதுகூட அவர்களின் கதாபாத்திரம் சாதாரண மனிதனின் அளவிலேயே நிறுத்தப்பட்டிருந்தது.

உதாரணம் தூவானத்தும்பிகள். மோகன்லால் ஒரு முக்கியமான கதா நாயகனாக ஆனபிறகு வெளிவந்தபடம் இது. இதில் மோகன்லாலின் கதாபாத்திரம் காம குரோதங்கள் கொண்ட ஒரு கிராமத்து நிலச்சுவான் தார். அவனுக்கு ஊரில் பெரும் கஞ்சன் என்று பெயர். ஆனால் நகரில் நிழல் உலகில் அவனுக்கு ஓர் இடம் உண்டு. ஒரு பெண்ணை மணக்க விரும்புகிறான். அவனது நாகரிகமில்லாத தன்மை அவளுக்கு பிடிக்க வில்லை. அவளுடைய உதாசீனத்தால் புண்பட்டு இன்னொரு பெண்ணை விபச்சாரத்தில் இழுத்துவிட காரணமாக அமைகிறான். அந்தப்பெண் மீது அவனுக்கு ஈர்ப்பு ஏற்படுகிறது. ஆனால் அவள் விட்டு விட்டுச் சென்றுவிடுகிறாள்.

அவனை உதாசீனம் செய்த அந்த முதல் பெண் மனம் மாறி அவனை மணக்கச் சம்மதிக்கிறாள். அவனுக்கும் விருப்பமே. ஆனால் அவன் விபச்சாரத்தில் இறக்கிவிட்ட அப்பெண்ணின் நினைவு அவனை வதைக்கிறது. அந்தப் பெண்ணை மீண்டும் சந்திக்கிறான். அவளை மணம் செய்யத் தயாராக இருப்பதாகச் சொல்கிறான். அவள் சிரிக்கிறாள். உனக்கு இன்னொரு பெண் இருக்கிறாள் என்கிறாள். ஜெயகிருஷ்ணன் அவனது எதிர்கால மனைவியாக நிச்சயிக்கப்பட்ட பெண்ணிடம் தான் செய்த பிழையைப் பற்றிச் சொல்கிறான். அவள் வந்து திருமணம் செய்யும்படி கேட்டால் என்னால் அதை மறுக்க முடியாது என்கிறான். அது அவளை கொந்தளிக்கச் செய்கிறது.

இந்நிலையில் மீண்டும் அந்தப்பெண் ஆந்திராவில் இருந்து ஜெய கிருஷ்ணனை பார்க்க வருகிறாள். அவளைப் பார்க்கச் செல்லக்கூடாது

என்று நிச்சயிக்கப்பட்ட பெண் கூறுகிறாள். இல்லை என் மனசாட்சி அதை அனுமதிக்காது என்று கூறும் ஜெயகிருஷ்ணன் அவளைப் பார்க்கச் செல்கிறான். அப்படியானால் நம் உறவே இதோடு முடிந்து விட்டது என்கிறாள் அவருக்கு நிச்சயிக்கப்பட்ட பெண். அங்கே அவள் விபச்சார வாழ்வை கைவிட்டு ஒரு மனைவியை இழந்தவருக்கு துணைவியாகி வந்திருக்கிறாள். கடைசியாக விடைபெற்றுச் செல்லவே அவள் வந்தாள். கண்ணீருடன் விடைகொடுக்கும் ஜெயகிருஷ்ணன் திரும்பும்போது பார்க்கிறான், அவரது நிச்சயிக்கப்பட்ட மணப்பெண் மனம் பொறாது அவன் பின்னாலேயே வந்து ரயில் நிலையத்தில் நின்று கொண்டிருக்கிறாள். அவனுடைய காதலை புரிந்துகொண்டு அவன் கண்ணீர் மல்கி நிற்கும் இடத்தில் படம் முடிகிறது.

இந்தப்படம் பலவகையிலும் மலையாளத்தில் முக்கியமான ஆக்கம். பொதுவாக பாசம், காதல், தியாகம் முதலிய உயரிய உணர்வுகளின் மோதலாகத்தான் திரைக்கதைகள் அமையும். அவற்றையே பொதுவாக ரசிகர்கள் விரும்பவும் செய்வார்கள். ஆனால் இது முழுக்க முழுக்க மனித பலவீனங்களின் கதை. ஜெயகிருஷ்ணனுக்கு ஒரு கதாநாயகனின் எந்த குணநலன்களும் இல்லை. பணத்தைச் செலவிட்டு அலையும் ஒரு கிராமத்து பண்ணையார். ஒரு பெண்ணைப் பார்த்ததும் அவளைத் திருமணம் புரிய நேரடியாக முயல்பவன். அவளுடைய உணர்வுகளைப் பற்றி அவனுக்கு கவலையே இல்லை. ஏன் என்றால் அவன் ஒரு ஆண். அவள் நிராகரித்ததும் அவரது ஆண் அகங்காரம் அடிபடுகிறது. உடனே புண்பட்ட மனத்துடன் வன்மம் கொண்டு அலைகிறான். அந்த வன்மத்தால் இன்னொரு பெண்ணின் வாழ்வுடன் விளையாடுகிறான். அந்தச் செயலின் குற்றவுணர்வு அவனை துரத்துவதுகூட ஓர் எளிய மனிதனின் உளவியலே.

அதேபோலத்தான் அவனது காதலை நிராகரித்த பெண்ணின் கதாபாத்திரமும். அவள் ஏன் அவனை முதலில் நிராகரித்தாள் என்றால் அப்படி ஒருவன் தன்னைப் பார்த்து ஆசைப்பட்டு கேட்பது என்பது அவளுக்கு கேவலமாக இருக்கிறது. தன் உடல் விரும்பப்படுகிறது என்ற எண்ணம். முதன்முதலாக காமத்துடன் அணுகப்பட்ட பெண்ணின் அதிர்ச்சி. ஆனால் அவள் மிகச்சாதாரணமான பெண். தன்னை அணுகிய ஓர் ஆணை அவளால் விலக்கவே முடியவில்லை. அவனையே நினைத்துக் கொண்டிருக்கிறாள். அவனைப் பற்றியே விசாரிக்கிறாள். அது காதலாக மாறுகிறது. பிறகு அவனை உரிமை கொள்ள முயல்கிறாள். பகிர்ந்து கொள்வதை வெறுக்கிறாள். அந்த உரிமை உணர்வுதான் மெல்ல மெல்ல காதல் ஆகிறது.

விபச்சாரத்தால் தள்ளப்பட்ட பெண்ணின் கதாபாத்திரமும் மிகச் சாதாரணமானது. வறுமை, மாற்றாந்தாய் கொடுமை. 'எப்படியும்

கெட்டுப்போவேன், கௌரவமாக கெடுகிறேனே' என்று அவள் சொல்லும் வரியில் அவள் மனம் தெரிகிறது. அவளுக்கு ஜெய கிருஷ்ணன் தன்னை விரும்புவது தெரியும். ஆனால் நம்பிக்கை வரவில்லை. வெளியுலகு கவர்கிறது. அவனை விட்டுவிட்டுச் செல்கிறாள். குற்ற உணர்வே இல்லாமல் விபச்சாரி ஆகிறாள். பின்னர் தன் வாடிக்கையாளர் ஒருவரை குற்ற உணர்வோ, இழிவுணர்வோ இல்லாதவளாக மணம் புரிந்து கொள்கிறாள்.

திரைப்பட உருவாக்கத்திற்கான இலக்கணங்களை உடைத்த படம் இது. இந்தப் படத்தில் மூன்று கதாபாத்திரங்களின் மனமும் ஒன்றுடன் ஒன்று மோதவேயில்லை. மெல்ல உரசிக் கொள்கின்றன. எந்தக் கதாபாத்திரமும் ஒரு குறிப்பிட்ட குணசித்திரத்துடன் இல்லை. படம் முழுக்க அவர்கள் மாறிக்கொண்டே இருக்கிறார்கள். எந்தக் கதாபாத்திரமும் ஒரு மதிப்பீட்டை தழுவி நிற்கவில்லை. தங்கள் ஆசைகள், ஏக்கங்கள் சார்ந்து மட்டுமே செயல்படுகிறார்கள். இதுவே பத்மராஜனின் உலகம்.

லோகி எழுதவந்தது இன்னும் கொஞ்சம் 'கீழான' உலகத்தின் கதை களுடன். பத்மராஜன் மேனோன் சாதி. (நாயரில் உயர் உட்பிரிவு) லோகி அடித்தள சாதியைச் சேர்ந்தவர். பட்டினி கிடக்கும் மக்களின் நடுவே இருந்து வந்தவர். சொந்த வாழ்வில் பட்டினி, புறக்கணிப்பு, அவமரியாதை என்று கசப்புகளையே கண்டு வந்தவர் லோகி. அவருடைய உலகில் நுண்உணர்வுகள் என்பவை கடுமையான வாழ்க்கைத் தருணங்கள் நடுவே ஒரு மெல்லிய காற்றுபோல வந்து செல்பவை மட்டுமே. மலையாளத் திரையுலகில் லோகியின் பங்களிப்பு என்ன என்று கேட்டால் 'வியர்வை, ரத்தம், சாக்கடை ஆகியவற்றின் வாசனையை மலையாள சினிமா முகரச் செய்தவர்' என்று கூறலாம். உயர் வர்க்கத்து கதைகளையும், நடுத்தர வர்க்கத்து கதைகளையும் லோகி உருவாக்கியிருக்கிறார். ஆனால் அவர் கற்றுக்கொண்ட எல்லா பாடங்களும் இழிவுபடுத்தப்பட்ட மக்களின் சேரிகளில் இருந்து கிடைத்தவையே.

லோகியின் கிரீடம் படத்துக்கான கதை விவாதம் நடந்தபோது தயாரிப்புடன் சம்பந்தப்பட்ட சிலர் சொன்னதை லோகி என்னிடம் சொன்னார். கதைப்படி கிரிக்காடன் ஜோஸை ஓர் ஆவேசத்தில் தாக்கிய சேதுமாதவன் அஞ்சி நடுங்குகிறான். பலவகையிலும் தப்ப முயல் கிறான். அவன் அஞ்சியது மரணத்தை, எதிர்கால இருளை. அவனுடைய வீரம் என்பது துரத்தப்பட்ட மிருகம் வழிமுட்டும்போது கொள்ளும் வெறிதான். ஆனால் மோகன்லால் வில்லனுக்கு பயந்து ஓடலாமா என்றார்கள் தயாரிப்பு தரப்பினர். படத்தின் சண்டைக் காட்சிகளின் வலிமையே குறைந்து விடும் என்றார்கள். லோகி 'இது

மோகன்லாலின் கதை அல்ல, இது சேதுமாதவனின் கதை' என்று வாதிட்டார். உயிராசையுடன் சேது திருப்பி அடித்தால்தான் சண்டைகள் சிறக்கும் என்று சொல்லி புரிய வைத்தார். அரை மனதுடன் அப்படம் அப்படி எடுக்கப்பட்டது.

உண்மையில் பிறகு தமிழிலும் தெலுங்கிலும் கிரீடம் எடுக்கப்பட்ட போதுதான் அந்தக் கதையின் மையக் கதாபாத்திரம் ஹீரோவாக மாற்றப்பட்டார்.

இதுதான் லோகியின் பங்களிப்பு. அவரும் ஹீரோ அல்லாத ஹீரோக்களை உருவாக்கியவர்தான். அவரது கதாபாத்திரங்கள் பலமும் பலவீனமும் கலந்த மிகச்சாதாரண மனிதர்கள். அவர்களின் அறிவுத் தனம்கூட சாதாரணமானதே. உதாரணமாக கிரீடத்தில் சேதுமாதவன் விதியின் வேகத்தால் அடித்துச் செல்லப்படுகிறான். அவன் விதியைப் பற்றி பேசியிருக்கலாம். நீண்டநாள் ரசிகர்களின் நெஞ்சில் நிற்கும் ஒருசில வரிகளை அங்கே கதாநாயகனின் நாவில் பொருத்துவது எந்த எழுத்தாளனிலும் எழும் ஆவலே. லோகி அதைச் செய்யவில்லை. சொல்லப்போனால் லோகி எந்தப் படத்திலும் அதைச் செய்யவில்லை. அவரது கதாபாத்திரங்கள் தங்கள் எல்லையைத் தாண்டி எதையுமே பேசியதில்லை. சேதுமாதவன் தன் விதியைப் பற்றி பேசும்போதுகூட, எனக்கு பயமாக இருக்கிறது, எங்கே போகிறேன் என்றே தெரிய வில்லை என்றுதான் கூறுகிறான்.

லோகியின் முதல்படமான தனியாவர்த்தனம் பலமுறை தமிழில் படமாக யோசிக்கப்பட்டது. ஒவ்வொருமுறையும் எழுந்து வந்த கேள்வி அதன் மையக் கதாபாத்திரத்தின் சர்வ சாதாரணமான இயல்பே. தொன்மையான நிலவுடமைக் குடும்பம். மூடநம்பிக்கைகளும் ஆசாரங் களும் நிறைந்தது. அங்கே உள்ள முக்கியமான மூடநம்பிக்கை அவர்கள் வீட்டில் உள்ள பகவதியின் சாபத்தால் குடும்பத்தின் மூத்தமகன் பைத்தியமாக இருப்பான் என்பது. வீட்டில் மூத்த மாமா பைத்தியமாக கட்டிலில் சங்கிலியால் கட்டிப் போடப்பட்டிருக்கிறார். ஒருநாள் அவர் தெளிந்த மனநிலையில் இந்தக் கட்டை அவிழ்த்து விடுவாயா என்கிறார். அவரது மூத்த மருமகனாகிய பாலன் மாஸ்டர் மனம் இறங்கி அவிழ்த்து விடுகிறார். மாமா அன்றிரவே குளத்தில் குதித்து தற்கொலை செய்து கொள்கிறார். குடும்பத்தில் அடுத்த மூத்த பிள்ளை பாலன் மாஸ்டர்தான்.

பாலன் மாஸ்டர் பள்ளி ஆசிரியர். மனைவியும் இரு குழந்தைகளும் உடையவர். அவருக்கும் அடுத்து பைத்தியம் பிடிக்கும் என்று ஊரே எதிர்பார்க்கிறது. குற்ற உணர்வில் ஒருநாள் தூக்கத்தில் அலறி எழும் பாலன் மாஸ்டரை பைத்தியத்தின் ஆரம்பம் என்று குடும்பத்தினர்

நினைக்கிறார்கள். அவர்கள் பூஜை மந்திரவாதம் என்று ஆரம்பிக்க ஊரே அதை நம்புகிறது. திமிறிப்பார்க்கிறார் பாலன் மாஸ்டர், ஒன்றும் நடக்கவில்லை. அவர் எது செய்தாலும் அது பைத்தியத்தின் செய்கை யாக விளக்கப்படுகிறது. எதிர்ப்புகள் பைத்தியத்தின் வன்முறையாக காட்டப்படுகின்றன. அவர் சங்கிலியால் கட்டப்படுகிறார். அந்தக் கோலத்தைப் பார்க்கச் சகிக்காத அவரது அம்மா அவருக்கு விஷம் கொடுக்கிறாள்.

இந்தப் படத்தில் பாலன் மாஸ்டர் தன்னைச் சூழ்ந்திருந்த விதிக்கு பரிதாபமாகப் பலியாவதாகவே காட்டப்பட்டிருந்தார். அவர் எதிர்க்கிறார், தன்னை விளக்குகிறார். ஆனால் ஏன் எங்காவது ஓடிப் போயிருக்கக்கூடாது? ஏன் திரும்பத் திரும்ப குடும்பத்தினரின் கட்டாயங்களுக்குப் பணிகிறார்? பிறர் தன்னை பைத்தியம் என்று எண்ணும்போது ஏன் வெறுமே வருத்தம் கொள்கிறார். அனைத்தையும் விட மேலாக பிறர் அவரைப் பைத்தியம் என்று நினைக்க நினைக்க மெதுவாக அவர் மனநிலை உண்மையிலேயே சிதைய ஆரம்பிக்கிறது. கெட்ட கனவுகள் வருகின்றன. சிந்தனைகளின் ஒத்திசைவு தவறுகிறது. படிப்படியாக அவர் பைத்தியமாக ஆகிறார்.

அவருக்கு ஒரு படித்த தம்பி இருக்கிறான். பாலன் மாஸ்டரின் இந்த கோழைத்தனத்தை கடுமையாக சாடுகிறான். இந்த மூடத்தனங்களுக்கு ஏன் ஒத்துப் போகிறீர்கள் என்கிறான். இது உங்களையும் சங்கிலிக்குத்தான் கொண்டுபோகும் என்று எச்சரிக்கிறான். ஆனால் பாலன் மாஸ்டர் என்னால் எவர் மனதையும் புண்படுத்தமுடியாது. எவரையும் அவமானப் படுத்த என்னால் முடியாது என்கிறார். கிட்டத்தட்ட ஒரு 'சொங்கி' மாதிரி அவரை பிறர் பைத்தியமாக ஆக்க அவர் ஒத்துக் கொள்கிறார்.

தமிழ்நாட்டுக்கதை விவாதங்களில் அதையே கேட்டார்களாம். 'கதாநாயகனை ஏன் அப்படி கையாலாகாதவனாக காட்டவேண்டும்? தன் விதிக்கு எதிராக போராடுகிறவன்தானே கதாநாயகன்?' என்று. உண்மை. ஆனால் லோகியின் கதாநாயகன் சாதாரண மனிதன், ஹீரோ அல்ல. அவன் குடும்பத்தில் இணைந்தவன். அன்பாலும் பாசத்தாலும் உருவாக்கப்பட்டவன். அதற்கு அப்பால் அவனுக்கு வெளியுலகம் இல்லை. அவனுடைய சுற்றம் அழிக்க முற்பட்டால் அவனால் எதுவும் செய்யமுடியாது. மேலும் லோகியின் இந்தப் படத்திலும் உண்மையான பெரிய ஹீரோ விதிதான். விதிக்கு எதிராகப் போராடும் வல்லமை எந்தக் கதாநாயகனுக்கும் இல்லை.

கதாநாயகர்களை லோகி உருவாக்கினாரா என்று கேட்டால் ஆம் என்றே கூறவேண்டும். அவரது அமரம் படத்தின் கதாநாயகனாகிய மீனவன் ஒரு ஹீரோதான். விதிக்கு முன் நிமிர்ந்து நிற்கும் மனிதன். ஆயினும்

அவனையும் சர்வ சாதாரணமான மனிதனாகவே லோகி காட்டினார். அந்தக் கதை உருவான விதத்தைப் பற்றி லோகி சொன்னார். கடற் கரையை வைத்து ஒரு கதை என்று முடிவானபிறகு கடற்கரைகளின் 'லொகேஷன்' பார்க்க பயணம் செய்து கொண்டிருந்தார்கள். அப்போது பள்ளி செல்ல அடம்பிடிக்கும் ஒரு மீனவச் சிறுமியை தென்னை ஓலைக் குச்சியால் அடித்து பள்ளி நோக்கி துரத்தும் ஒரு மீனவத்தந்தை குறுக்கே சென்றார். அதுதான் கதையின் விதை என்று லோகி ஒரு நேர்ப்பேச்சில் கூறினார். அந்த மீனவத்தந்தையின் கனவுகள் என்ன? அந்தக் கனவுகள் அனைத்தையும் அக்குழந்தைமேல் அவர் சுமத்தி வைத்திருந்தால் அது அவனுக்கு எத்தனை பெரிய சுமை? அந்தச் சுமையை அவள் சுமக்க முடியவில்லை என்றால் அவருடைய மனம் என்னவாகும்.

அமரம் மிதமான உணர்ச்சிகளுடன் நகரும் ஓர் அபாரமான திரைப்படம். பளபளவென்று நீலத்தகடுகளின் அலைபாய்தலாக ஒளிவிடும் கடலில் படகின் சுக்கான் மேட்டில் (அமரம்) இருந்து துழாவி வரும் அச்சுட்டியின் கதாபாத்திரத்தைக் காட்டியபடி ஆரம்பிக்கிறது படம். அவனுடைய ஆர்வங்கள் இரண்டே. கடலம்மாவும் அவன் மகள் சந்திரியும். சந்திரி மேல் அவன் வைத்த நம்பிக்கை ஆட்டம் காண்கிறது. அந்த வீழ்ச்சியை தனக்கு உரிய அபாரமான மனஉறுதியுடன் எதிர் கொள்கிறான் அச்சுட்டி. மனம் உடையவில்லை. தன் ஆளுமையை தவறவிடவும் இல்லை. 'எனக்கு கடலம்மா இருக்கிறாள். அவள் போதும்' என்று கடலில் இறங்கி அலைகளின் மீது துழாவிச் செல் கிறான். அங்கே அவன் வெற்றி கொள்ள முடியாதவனாக வல்லமை மிக்கவனாக இருக்க முடியும் என அவன் அறிவான். அச்சுட்டியின் அந்த நிமிர்வே படத்தில் மையக்கரு. அமரம் என்றால் சிகரம் என்று பொருள். படகின் உச்சி முனை அது. திறன் மிக்க மீனவன் அமரும் இடம் அது. வாழ்க்கையிலும் அச்சுட்டி அமரத்தில்தான் இருக்கிறான்.

அத்தகைய கதாநாயகர்களை லோகி உருவாக்கியிருக்கிறார். விதியின் குரூரமான அடியை குன்றாத வல்லமையுடன் பெற்றுக் கொள்ளும் மனிதர்கள். வணங்காதவர்கள், வளையாதவர்கள். வாத்ஸல்யம் படத்தில் வரும் ராமன்நாயர் போல. மகாயானத்தின் கருணன் போல. லோகியின் சூப்பர் ஹீரோக்கள் பறந்து பறந்து பந்தாடுபவர்கள் அல்ல. சவால் விடுபவர்கள் அல்ல. அசாதாரணமான வாழ்க்கைச் சூழல்கள் வழியாக வாழ்ந்து செல்லும் சாகசக்காரர்கள் அல்ல. அவர்கள் நம்மைப் போன்ற, பலசமயம் நம்மைவிட எளிய மக்கள். அவர்களின் அசாதாரணத்துவம் அவர்களின் உள்ளார்ந்த குணத்தில் மட்டுமே இருக்கும். எந்தத் தெருவிலும் பார்க்க நேரிடும் அத்தகைய மனிதர்கள் எல்லா ரசிகர்களுக்கும் அறிமுகமானவர்களே. அதனால்தான் லோகியின் படங்கள் பெரும் வணிக வெற்றி பெற்றன.

'அமரம் படத்தின் கதையின் மகாபாரத மூலம் எதுவாக இருக்க முடியும் லோகி?' என்று நான் கேட்டு முடிப்பதற்குள் அவர் சொன்னார், 'என்ன சந்தேகம், கணவர்தான். சகுந்தலையைப் பிரிந்த கணவரின் துயரம்தான் பரமனின் துயரம். அமரம் படத்தின் முன்னோடிப்படம் என்ற வகையில் பி.கேசவதேவின் நாவலை ஒட்டி உருவாக்கப்பட்ட 'ஓடையில் நின்று' படத்தைக் கூறலாம். கே.எஸ்.சேதுமாதவன் இயக்கிய அப்படத்துக்கு கேசவதேவே திரைக்கதை அமைத்திருந்தார். சத்யன் மையக்கதா பாத்திரமாய் நடித்திருந்தார். தன்னம்பிக்கை மிக்க ரிக்ஷாகாரனாகிய பரமு ஒருநாள் ஓடையில் இருந்து ஓர் அனாதைப் பெண்ணைக் கண்டெடுக்கிறான். அவளை படிக்கச் செய்து பெரியவளாக்குகிறான். தன் உழைப்பின் சாரம் அவளுக்கு அளிக்கிறான்.

அவளை ஒரு நடுத்தர வர்க்கத்துக் குடும்பப் பெண்ணாக ஆக்குகிறான். ஆனால் முதிர்ந்த வயதில் அவளை சார்ந்து இருப்பதை அவன் தவிர்க் கிறான். அவர்களின் நடுத்தர வர்க்க வாழ்வில் தனக்கு இடமில்லை என்று உணரும்போது தளர்ந்த நிலையிலும் தன் ரிக்ஷாவுடன் அவன் தெருவுக்கே திரும்புகிறான். தன் அன்புக்கும் தியாகத்துக்கும் பிரதிபலன் எதையும் ஏற்க மறுக்கும் பரமுவின் நிமிர்வே அந்தப் படத்தின் சாரமான உணர்ச்சி. ஏழையின் சுய மரியாதையையும் கம்பீரத்தையும் விவரித்த நாவலின் மிகச்சிறந்த திரைப்பட வடிவம் அது. (அது பாபு என்ற பேரில் தமிழில் சிவாஜி கணேசன் நடிக்க படமாகியது. ஆனால் மூலப்படத்தின் கரு தவறவிடப்பட்டு சிவாஜி கதறிக் குலுங்கி அழுது நன்றி மறந்த மகனை சாபமிட்டு படத்தை ஒரு சோகப்பிழிவாக மாற்றிவிட்டார்.)

'ஓடையில்நின்று' படத்திற்கும் நாவலுக்கும் முன்னோடி வடிவம் எது என்று பார்த்தால் விக்தர் யூகோவின் 'லெ மிசரபில்ஸ்' நாவலை குறிப்பிடவேண்டும். ஏழையின் கம்பீரத்தைச் சித்தரித்த மாபெரும் இலட்சியவாதப் படைப்பு அது. ஜின் வால் ஜீன் தெருவில் இருந்து கண்டெடுத்த சிறுமியாக சார்லோட்டை அவன் வளர்த்து சீமாட்டியாக்கு வதிலும் அவளிடமிருந்து எதையும் பெற்றுக்கொள்ள மறுப்பதிலும் இந்தக் கதையின் விதை உள்ளது. இதை ஒரு கதைக்கருவின் பயணம் என்று கூறுவதைவிட ஒரு இலட்சியக் கருத்தின் பயணம் என்றுதான் கூற வேண்டும்.

பதினெட்டாம் நூற்றாண்டின் இறுதியில் ஐரோப்பாவில் உதயமானது அந்த இலட்சியவாதக் கருத்து. ஏழ்மை என்பது கீழ்மை அல்ல என்ற பிரக்ஞை. உழைப்பு என்பது தன்னிலையிலேயே ஓர் உயிர்விழுமியம் என்ற எண்ணம். லோகி அந்த இலட்சிய மரத்தின் ஒரு கிளை.

லோகி உழைக்கும் மக்களின் கலைஞன். சாமானியர்களின் கதை சொல்லி அவர். அவர்களுடைய தோற்காத ஆன்மீக ஆற்றலை அவர்

கொல்லும்போதுதான் அவரது கலை முழுமை அடைகிறது. தன்னுடைய ரசிகர்களைப் பற்றி லோகி சொன்னார் 'திருவனந்தபுரம் அல்லது எர்ணாகுளம் நகர்களில் உயர்ரக திரையரங்குகளில் ஜிப்பா போட்டுக்கொண்டு படம் பார்க்க வரும் தாடிக்காரர்கள் அல்ல எனது இலக்கு. என்னுடைய பார்வையாளன் மண்வெட்டியைக் கழுவி வீட்டில் வைத்துவிட்டு குளித்து ஒரு துவைத்த பழைய வேட்டியை கட்டிக்கொண்டு வந்து படம் பார்க்க அமரும் எளிய மனிதன். நான் போவது அவனை நோக்கித்தான்...'

மிகவும் பழகிப்போன வசனம் இது. தமிழில் அடிதடி குத்துப்பாட்டுடன் படம் எடுக்கும் திரைப்படக்காரர்களும் இதைத்தான் கூறுவார்கள். ஆனால் லோகி ஒருபோதும் சாமானியனின் சபலங்களை பயன்படுத்திக் கொண்டவரல்ல. சாமானியனின் சலிப்பையும் அக்கறையின்மை யையும் நம்பி படம் எடுத்தவரல்ல. எளிய மக்களின் உள்ளே சுடர்விடும் நீதியுணர்வை நம்பி படம் எடுத்தவர் அவர். அவர்களுடைய சுய மரியாதையையும் மானுட உணர்வையும் தொட்டுப் பேச முடிந்தவர். அதனாலேயே அவர் அம்மக்களின் பிரியத்துக்குரியவராக இருந்தார். வாழ்நாள் முழுக்க லோகி அமரத்தில்தான் அமர்ந்திருந்தார்.

இ. பூதக்கண்ணாடி

மலையாள சினிமாவில் அதிகமாக ரசிக்கப்பட்ட சில காட்சிகள் உண்டு. அதில் ஒன்று பத்மராஜனின் 'கள்ளன் பவித்ரன்' படத்தில் வருவது. பவித்ரன் உள்ளூர் முதலாளியின் வீட்டில் புகுந்து கெண்டியை திருடிவிட்டான். அவர் போலீஸில் புகார் செய்ய போலீஸ் பவித்ரனை பிடித்துச் சென்றுவிடுகிறார்கள். பவித்ரனுக்கு ஒரு மனைவியைத் தவிர ஒரு வைப்பாட்டியும் உண்டு. பவித்ரன் இல்லாத குறையை நீக்க முதலாளி அவளுக்கு துணையாக மாறுகிறார்.

தண்டனை முடிந்து பவித்ரன் தன் வீட்டுக்குக் கூட திரும்பவில்லை. நேராக வைப்பாட்டி வீட்டுக்குத்தான் வருகிறான். அங்கே அப்போது முதலாளி மங்கலச் செயலில் ஈடுபட்டிருக்கிறார். பவித்ரன் கதவைத் தட்டுகிறான். வைப்பாட்டி கதவைத் திறக்கையில் கையில் துண்டு பீடியுடன் வெளியே பவித்ரன். ஒரே அறை கொண்ட மேசைக்குள் உடைகளை வாரிச்சுருட்டிக்கொண்ட முதலாளி. இக்கட்டான தருணம். ஆனால் வழக்கமாக வரலாற்றில் நடக்கும் செவ்வியல் நிகழ்வு.

முதலாளியாக பரத் கோபியும், பவித்ரனாக நெடுமுடி வேணுவும் நடித்த அற்புதமான இந்தக் காட்சி யதார்த்த நடிப்பின் உச்சங்கள்

வெளியான ஒரு தருணம். முதலாளி திகிலடைகிறார். பேச்சு வரவில்லை. ஒரு சங்கடமான சிரிப்பு. பிறகு மூச்சைத் திரட்டிக்கொண்டு '...அது வந்து... இப்ப... என்னோட கெண்டிய திருடினா... அதான்...' என்கிறார். உடனே வைப்பாட்டி 'பர்ர்' என்று அழுது 'நீங்க இப்படி கண்டவங்களோட கெண்டிய திருடப் போய்த்தான் இப்படியெல்லாம் ஆச்சு? நான் எத்தனை வாட்டி படிச்சுப் படிச்சு சொன்னேன் கேட்டீங்களா? எல்லாம் என் தலைவிதி' என்று பிலாக்கணம் வைக்கிறாள். முதலாளி 'என்னோட கெண்டி போயிற்றே... அதை செட்டில் செய்தா...' என்கிறார். எப்படியோ மொத்தப் பிரச்சினையுமே கெண்டியைப் பற்றியதாக மாறிவிட்டது!

பவித்ரன் கனகம்பீரமாக உள்ளே வந்து ஒரு ஐந்து ரூபாய் நோட்டை முதலாளி கையில் கொடுக்கிறான். 'இனி நமக்குள் எந்தக் கணக்கும் இல்லை' என்று கூற முதலாளி 'ஓ' என்று கூறி பய்யமாக வெளியே செல்கிறார். கதை சுபமாக முடிகிறது.

எளிய மக்களின் வாழ்க்கையில் உள்ள இத்தகைய அபூர்வமான நுண்தருணங்களை தொட்டு எடுப்பதில் பத்மராஜன் நிபுணர். அந்த வகையில் பத்மராஜனின் தொடர்ச்சியான லோகி விதவிதமான நிறங் களைக் காட்டியிருக்கிறார். மகாயானம் படத்தில் ஒரு கதாபாத்திரம், ராஜப்பன். மாள அரவிந்தன் அதை நன்றாகச் செய்திருந்தார். ராஜப்பனுக்குத் தொழில் டீக்கடையில் அமர்ந்திருந்து அங்கே வருபவர்கள் பேசுவதை ஆமோதிப்பது. யார் எது பேசினாலும் சிறப்பான முறையில் ஆமோதித்துக் கொடுக்கப்படும். ஊதியமாக ஒரு டீ முதல் வடை, மோதகம், பழம், பொரியல் எதுவானாலும் ஏற்றுக் கொள்ளப்படும்.

கடை உரிமையாளரான ஸீமா 'டே ராஜப்பா நீ வேலைக்கு எதுக்காவது போடா' என்று கூறும்போது ராஜப்பன் அவட்சியமாக கையைத்தூக்கி சோம்பல் முறித்தபடி 'நாளைக்குப் போகணும்' என்பார். ஒருபோதும் அந்த நாளை வரப்போவதில்லை என்பதை அந்தச் சிரிப்பே கூறிவிடும். ஒருமுறை லக்கிடியில் நடக்கப்போனபோது லோகி கொஞ்சம் கால் எத்தி நடந்துசென்ற ஒருவனை சுட்டிக் காட்டிச் சொன்னார். இதுதான் 'நாளைக்கு வேலைக்குப்போகிற ராஜப்பன்' என்று. அவனிடம் 'மாதவா, ஜோலிக்கு போகவில்லையா?' என்றார். அவன் நட்பான சிரிப்புடன் 'போகணும் சார்... மேலு சுகமில்லை' என்றான்!

எத்தனை கதாபாத்திரங்கள். கிரீட்த்தில் ஜகதி ஸ்ரீகுமார் நடித்த அந்த மச்சான் கதாபாத்திரம். பொதுவாக ஒட்டுண்ணி கதாபாத்திரங்களையும் அற்பக் கதாபாத்திரங்களையும் வடிப்பதில் லோகி நிபுணர். மாமியார் வீட்டில் கௌரவ விருந்தாளியாகத் தங்கி சாப்பிடும் மருமகன்கள்.

சந்தர்ப்பம் கிடைக்கும்போதெல்லாம் தம்பிகளிடமும் அண்ணாக் களிடமும் எதையாவது பிடுங்கி, சொந்த குடும்பத்துக்கு கொண்டு போவதற்காக வந்து போலிப்பாசமும் தளுக்குமாக சிலுப்பும் சகோதரிகள். கிரீடத்தில் ஜெகதி நடித்த அந்த மச்சானுக்கு, சாப்பாடு ஒரு பெரிய பலவீனம்.

கிரிக்காடன் ஜோஸ் ஆஸ்பத்திரியிலிருந்து வெளியே வந்து சேது மாதவனை தேடுகிறான். சிறையில் சேதுமாதவனைக் காணவில்லை. அப்பாவும் அம்மாவும் சகோதரர்களும் பதறுகிறார்கள். ஊரே திண்ணையில் கூடியிருக்கிறது. கிராமம் எங்கும் தேடுவதற்கு ஆள் போயிருக்கிறது. கவலையுடன் பேசிக்கொண்டிருக்கிறார்கள். அப்போது இரவு எட்டு மணி அடிக்கும் ஒலி. மச்சான் சொல்கிறார். 'அடாடா! எட்டுமணி ஆகிவிட்டதா? எட்டுமணி என்று ஒன்று அடித்தென்றால் நான் சாப்பிட அமர்ந்திருப்பேன். கியாஸாக்கும்.'

அற்பத்தனத்தை அற்புதமாகக் காட்டுவதற்கென்றே ஒரு நடிகையை லோகி கண்டுபிடித்தார். மினிநாயர். பெரும்பாலான படங்களில் போலிப்பிரியமும் நீலிக்கண்ணீருமாக வந்து பிச்சுப் பிடுங்கிக் கொண்டு போகும் மினிநாயர் லோகியின் படங்களில் பெண்களின் முடிவிலா அற்பத்தனத்தின் பலவகையான நுண்ணியமாதிரிகளை உருவாக்கி யிருக்கிறார். 'மாலையோகம்' படத்தில் அவருக்குக் கணவன் ஜெகதீஷ். புருஷன் பெண்சாதி இருவரும் சேர்ந்து ஒரு நாடகம் ஆடுகிறார்கள். வரதட்சிணை பாக்கிக்காக மனைவியை கொண்டுவந்து பிறந்தகத்தில் 'தள்ளி'யிருக்கிறார் கணவன். பணத்தை எண்ணி வைக்காவிட்டால் மகள் வாழாவெட்டிதான்.

'ஐயோ என் வாழ்க்கை போச்சே, எனக்கு யாருமிலையே' என்று மனைவி தினம் பிலாக்கணம் வைக்கிறாள். நடுநடுவே கணவன் வரதட்சிணை பாக்கி கேட்டு வருவது உண்டு. வந்ததுமே மனைவி புருஷனுக்கு மாப்பிள்ளை உபசாரம் செய்கிறாள். புருஷன் மாமனாரை வாயில் வந்தபடி திட்டி பணத்தைக் கேட்கிறார். 'நீயாச்சு உன் பெண்ணாச்சு... நான் இதோ நான் பேசாமல் கிளம்பிப் போவேன்' என்கிறார். இதற்குள் இரவு எட்டரை மணிக்குள்ள கடைசி பஸ் போய்விடுகிறது. வேறு வழியில்லை. மாமனார் வீட்டிலேயே மருமகன் அந்தி உறங்குகிறார். மனைவி கணவனுக்குவேண்டிய உபசாரங்கள் செய்கிறாள். கொஞ்சல், குலாவல், வெட்கம், சிணுங்கல்.

ஒரு முறை பொறுமை இழந்த மாமனார் பேசிக்கொண்டே தாமத மாக்கும் மருமகனிடம் 'நீ கிளம்பி போ புஷ்கரா. எட்டரைக்குள்ள பஸ் இப்போ போயிரும்' என்று கூற '...ஹிஹிஹி... ஆமா போயிடும்

இல்லை?' என்று மருமகன் பம்ம அப்போது மினிநாயர் காட்டும் சிருங்காரம் கலந்த அந்த கண்டிப்பு ஒரு அற்புதமான தருணம்.

லோகி ஒரு நடிகருக்கு அளித்த கதாபாத்திரம் பிறகு அவருடைய நிரந்தரமான திரைக்குணசித்திரமாகவே மாறியிருக்கிறது. மிகச்சிறந்த உதாரணம் கொச்சின் ஹனீபா. (தமிழில் வி.எம்.சி.ஹனீபா) சில்க் ஸ்மிதா நடித்த காமப்படங்களை தயாரித்து இயக்கியபடி திரைக்கு வந்த ஹனீபா சிறிய வேடங்களில் ரவுடியாக தோன்றி வந்தார். கிரீடம் படத்தில் இன்னும் மலையாளிகளின் மனதில் அழியாமல் நிற்கும் கசாப்பு ஹைத்ரோஸ் என்ற கதாபாத்திரத்தை லோகி அவருக்கு அளித்தார். ஹைத்ரோஸ் ஒரு ரவுடி. ஆனால் அதை அவனைத் தவிர எவருமே நம்பத் தயாராக இல்லை. இறைச்சி வெட்டுவது உபதொழில். பெரிய கட்டாரியுடன் நெஞ்சை விரித்து மீசை முறுக்கி சாலையில் நடக்கும் ஹைத்ரோஸை ஒருவனும் பொருட்படுத்து வதில்லை. அவன் பெரிய கோழை என்று சின்னப்பிள்ளைகளுக்கும் தெரியும்.

தண்ணீர்ப் பாம்புக்கும் விஷக்கால கட்டம் வருவதுபோல ஹைத்ரோக்கு சேதுமாதவனின் பெயர் ஒரு வலிமையாக வந்துசேர்கிறது. கிரிக்காடன் ஜோஸை வீழ்த்திய சாட்சாத் சேதுமாதவனின் - சேது வேட்டனின் - சொந்த அடியாள்! சாலையில் ஹைத்ரோஸ் நடக்கும் நடையே வேறுதான். ஆனால் எதிரே போலீஸ் வந்தால் நெடியில் ஹைத்ரோஸ் சாது கசாப்பு காரனாக மாறிவிடுகிறான். கோழையாகவும் ரவுடியாகவும் மாறி மாறி உருவம் கொள்ளும் ஹைத்ரோஸ் லோகியின் சிறந்த கதா பாத்திரங்களுள் ஒன்று. இன்றுவரை கொச்சின் ஹனீபா திரையில் செய்த கதாபாத்திரங்கள் அனைத்துமே இதே வடிவில் அமைந்தவை தான் - கோழையான முரடன்!

திரைக்கதையில் லோகிக்கு அவருக்கே உரிய பல வடிவ உருவகங்கள் இருந்தன. அவற்றை லோகி அவர் பார்த்த படங்களில் இருந்து உருவாக்கிக் கொள்ளவில்லை. சொல்லப்போனால் லோகி படமே பார்ப்பதில்லை. படம் பார்க்கும் பொறுமையே அவருக்கு இருப்ப தில்லை. லோகி அவரது திரைக்கதை உத்திகளை தன் சொந்த அனுபவங்கள் மூலமே கற்றுக்கொண்டார். ஓயாது தன் படங்களை திரையரங்குக்குச் சென்று பார்க்கும் வழக்கம் அவருக்கு உண்டு. அவர் எழுதிய, இயக்கிய பல படங்களை நான் லோகியுடன் சென்று திரை யரங்கில் ரசிகர்களுடன் அமர்ந்து பார்த்திருக்கிறேன். அங்கிருந்தே அவர் கற்றுக் கொண்டார். அவர் அந்த மக்களுக்காகவே படம் எடுத்தார்.

ஆகவேதான் தமிழில் 'கஸ்தூரிமான்' படம் எடுத்தபோது அவர் பரிதாபமாகக் குழம்பினார். தத்தளித்தார். ஏன் என்றால் அவருக்கு

யாருக்காகப் படம் எடுக்கிறோம் என்று தெரியவில்லை. யாருடைய வாழ்க்கையைக் காட்டுகிறோம் என்றும் தெரியவில்லை. லோகி முதலும் முடிவுமாக மத்திய கேரளத்தின் கலைஞர். அந்த நிலத்தில் முளைத்தவர்.

பொதுவாக ஒரு திரைக்கதையாளனின் தனித்தன்மை இரண்டு விதங் களிலேயே வெளிப்படும். ஒன்று, ஒரு கதைச்சூழலை விரிவாகவும் நம்பகமாகவும் உருவாக்குவது. இரண்டு, அதன் ஒட்டுமொத்தமான கட்டுக்கோப்பை உருவாக்குவது. இதில் எம்.டி.வாசுதேவன் நாயர் கட்டுக்கோப்பை உருவாக்குவதில் பெரும் திறமைசாலி. எம்.டி.வாசு தேவன் நாயரின் பெரும்பாலான திரைக்கதை கனகச்சிதமானவை. வளர்த்தலும் தேய்வும் அவரது எந்தக் கதையிலும் இருப்பதில்லை. எம்.டி.வாசுதேவன் நாயர் திரைக்கதைகளைப் பற்றி பேசியிருக்கும் வரிகளை தொகுத்துப் பார்த்தால் அவர் அதிகமும் திரைக்கதையின் வடிவ ஒருமையைப் பற்றியே யோசித்திருப்பது தெரியவரும்.

விவாதங்கள் வழியாக திரைக்கதை என்பது சிறுகதையின்பாற்பட்ட வடிவம் என்ற முடிவுக்கு எம்.டி. வந்து சேர்கிறார். ஆரம்ப காலத்தில் நாலுகெட்டு, அசுரவித்து போன்ற நாவல்களைப் படமாக்கியவர் பிற்பாடு தன் சிறுகதைகளையே அதிகமும் திரைவடிவத்திற்கு எடுத்தாண்டிருக்கிறார். சிறுகதையின் எய்யப்பட்ட அம்புபோன்ற அமைப்பை தன் திரைக்கதைகளில் கொண்டுவந்தார். அவரது தீவிரமான படங்கள் கூட வணிகவெற்றிகளாக ஆனமைக்குக் காரணம் இதுவே.

ஆனால் எம்.டி.வாசுதேவன் நாயரால் விரிவான கதைப்புலத்தை உருவாக்க முடிந்ததில்லை. அவரது வல்லமை மையகதாபாத்திரங் களின் குணசித்திரத்திலேயே இருந்தது. அபூர்வமாக குட்டிக் கதா பாத்திரங்களின் குணசித்திரத்தில் அவரது மேதைமை வெளிப்பட்ட துண்டு. சிறந்த உதாரணம் பஞ்சாக்னி திரைப்படத்தில் திலகன் நடித்த முதிர்ந்த இதழாளர் கதாபாத்திரம். கசப்பும் சோர்வும் கலந்த கம்பீரமான அறிவார்ந்த ஆளுமை அது.

ஆனால் எம்.டி.யின் திரைக்கதைகள் பொதுவாக அவர் முன்வைக்கும் பிரச்சினையை எடுத்துச் செல்ல கதாபாத்திரங்களினால் மட்டுமே ஆனவை. எம்.டி. தன் கதைகளுக்கு பெரிய அளவில் நிலப்பகுதியின் அடையாளங்களை அளிப்பதில்லை. ஆகவே ஒரு நிலப்பகுதியின் அடையாளங்களான, தாவரங்களைப்போலவே அந்த மண்ணில் இருந்து பிரிக்க முடியாத, மனிதர்களை எம்.டி. அதிகமாக உருவாக்கிய தில்லை. அந்த இடமே லோகியின் இடம்.

லோகி திரைக்கதையில் கட்டுப்பாடு சற்றுக் குறைவானவர். கச்சிதமான தீவிரமான பல திரைக்கதைகளை லோகி உருவாக்கியிருக்கிறார்.

ஆயினும் அவரது பல கதைகள் இழுவையானவை. குறிப்பாக அவரது பிற்காலத்தைய திரைக்கதைகளான சூத்ரதாரன், கன்மதம், அரயன்னங் களுடை வீடு, சக்கரமுத்து, சக்கரம் போன்றவை மிக இழுவை யானவை. அனைத்து வகையிலும் உணர்ச்சிமயமான ஒரு காவியம் என்று சொல்லத்தக்க 'காருண்யம்'கூட கொஞ்சம் இழுவையான கதை யோட்டம் கொண்டதே. கதையின் ஒட்டுமொத்த வடிவம் லோகியின் கையில் இருந்து மிக எளிதாக நழுவிச் சென்று விடும்.

இதைக்கூர்ந்து அவதானிக்கும்போது சில விஷயங்கள் தெரியவரு கின்றன. சிபி மலையில், சத்யன் அந்திக்காடு போன்ற சிறந்த இயக்குநர்களுக்காக லோகி எழுதிய திரைக்கதைகள்தான் கச்சிதமாக உள்ளன. சிபிமலையிலுக்காக லோகி எழுதிய தனியாவர்த்தனம், கிரீடம், செங்கோல், பரதம், கமலதளம், ஹிஸ் ஹைனஸ் அப்துல்லா போன்ற பெரும்பாலான படங்கள் கச்சிதமான திரைக்கதை உடையவை. ஆகவே லோகியின் கச்சிதமான திரைக்கதைகளில் கண்டிப்பாக இயக்குநரின் பங்களிப்பு உண்டு என்றுதான் நினைக்கத் தோன்றுகிறது.

எழுதும்போது ஒருபோதும் விவாதிக்கமாட்டார் லோகி. கருத்துக் களைக் கேட்கவும் மாட்டார். எழுதப்பட்ட திரைக்கதை முழுக்க முழுக்க லோகியுடையதுதான். ஆகவே அநேகமாக அப்படத்தின் இறுதி நாட்களில், காட்சிகளை வெட்டித் தொகுக்கும் தருணங்களில், இயக்குநர் படத்தை இறுக்கமானதாகவும் நேர்வேகம் கொண்டதாகவும் ஆக்கிவிடுகிறார் என்று ஊகிக்கலாம்.

ஆனால் ஒரு நிலத்தை அதன் பல்வேறு கதாபாத்திரங்கள் மூலமும் நுண்ணிய நிகழ்வுகள் மூலமும் காட்டுவதில் லோகி பத்மராஜனுக்கு இணையான நிபுணத்துவம் உடையவர். 'ஹிஸ் ஹைனஸ் அப்துல்லா'வில் அந்தப் பெரிய ராஜகுடும்பத்தின் ஒவ்வொரு கதாபாத்திரத்திற்கும் அவர்களுக்கே உரிய தனித்தன்மை இருப்பதைப் பார்க்கலாம். அபூர்வமாக, சில கதாபாத்திரங்கள் ஒளியுடன் எழுந்து வரும்.

உதாரணம் 'சல்லாபம்' படத்தில் மாளா அரவிந்தன் நடித்த மூத்த ஆசாரியின் கதாபாத்திரம். அவர் வேலைக்காரர் மட்டுமல்ல, மர வேலையின் வழியாகவே வாழ்க்கையின் விவேகத்தை அடைந்தவரும் கூட. அவர் மர வேலையைப்பற்றிக் கூறும் எல்லா வரிகளுமே கவித்துவமானவை. மேலான விவேகத்துடன் எப்போதும் பிணைந் திருக்கும் கூரிய நகைச்சுவை உணர்ச்சி உடையவராகவும் அவர் இருக்கிறார்.

லோகியின் திரைக்கதை வடிவம் அவருக்கே உரிய சில புரிதல்களை அடிப்படையாகக் கொண்டது. லோகி திரைக்கதை இறுக்கமும் வேகமும் உடைய ஒன்றாக இருக்கவேண்டியதில்லை என்று வாதிடு வார். ஏனென்றால் வாழ்க்கை அப்படிப்பட்டது அல்ல. திரைக்கதையில் இறுக்கத்தையும் வேகத்தையும் வலியுறுத்தினால் வாழ்க்கையைத் தவறவிட நேரும். திரைக்கதை அம்பு போன்றதல்ல நீர் போன்றது என்பார் லோகி. அது பாயாது, வழிந்துதான் செல்லும் - வாழ்க்கை போல.

'கதாநாயகன் ஒருவனைப் பற்றி விசாரிப்பதற்காக ஒரு கிராமத்து டீக்கடைக்குள் நுழைகிறான். அங்கே ஏழெட்டுப் பேர் அமர்ந்திருக் கிறார்கள். அவர்கள் அத்தனை பேரையும் ஒட்டுமொத்தமாகப் புறக்கணித்து, அவர்களின் தோற்றங்களை அவுட் ஆஃப் ஃபோகஸுக்குத் தள்ளி அந்தக் காட்சியை கதாநாயகனிலும் அவனுடைய விசாரணையிலும் மட்டுமே நிறுத்திக் கொண்டால் மட்டுமே திரைக்கதையில் வேகத்தை உருவாக்க முடியும். அப்படிச் செய்தால் நாம் அந்த டீக்கடையில் உள்ள ஒரு துண்டு வாழ்க்கையை தவற விடுகிறோம். நான் அந்த முகங்களையும் உள்ளே கொண்டு வருவேன். அங்கே ஒருவர் நேந்திரம் பழத்தை டீயில் முக்கி சாப்பிடுவார். ஒருவர் தன் பெரிய பையை மார்புடன் இறுக்கியபடி டீ குடிப்பார். உள்ளூர்தோறும் வளையல் விற்பவன் தன் விற்பனைப் பொருட்களுடன் வண்ணமயமாக அமர்ந்திருப்பான். திருவிழாவுக்கு போய்வந்த மாரார் தன் செண்டையுடன் அமர்ந்திருப்பார்... இதுதான் வாழ்க்கை. இது எனக்கு முக்கியம்' என்பார் லோகிததாஸ்.

இவ்வாறு பக்கவாட்டில் கதை சற்றே பிரிவதை தேர்ந்த இயக்குநர் ஒருவர் தன் வடிவப்பிரக்ஞையுடன் கட்டுப்படுத்தும்போதுதான் லோகியின் படங்கள் பெரிய வெற்றி பெற்றன. அவ்வாறு நிகழாத போது தோல்வி அடைந்தன. லோகியின் படங்கள் பெரிய தோல்வியை அடைந்த தருணங்கள் பல. பெரும்பாலும் அந்தப் படங்களை லோகியே இயக்கியிருப்பார். அல்லது ஏதேனும் புதுமுக இயக்குநர் இயக்கியிருப்பார். லோகி அவரே இயக்கிய 'ஜோக்கர்' போன்ற படங்கள் வெறும் கதாபாத்திரக் கூட்டங்களாக மட்டுமே தேங்கி விட்டிருப்பதைக் காணலாம். இதுவே லோகியின் பலமும் பலவீனமும் என்று தோன்றுகிறது.

திரைக்கதை என்பது 'திருப்பிக் கூறப்பட்ட வாழ்க்கை' என்று நம்பியவர் லோகி. ஆகவே ஒரு வாழ்க்கையை அறிமுகம் செய்யும் விதமாகத்தான் அவரது படங்கள் ஆரம்பமாகும். ஒருவன் ஒரு புதிய நிலத்திற்குள் நுழைந்து மெல்ல மெல்ல அங்குள்ளவர்களை அறிமுகம் செய்து

கொண்டு அந்த வாழ்க்கைக்குள் நுழைவதுபோலத்தான் ரசிகன் திரைப் படத்திற்குள் நுழையவேண்டும் என்று லோகி கூறுவதுண்டு. ஆகவே பெரும்பாலான படங்களை லோகி மெல்லத்தான் ஆரம்பிப்பார். படம் தொடங்கி ஐந்து நிமிடங்கள் கழித்துத்தான் படத்தின் மையப் பிரச்சினை தொடங்கும். நிதானமான தொடக்கம் படத்திற்கு ஒரு கம்பீரத்தை அளிக்கிறது என்பது லோகியின் எண்ணமாக இருந்தது.

அதேபோல ஒரு காட்சி அந்தக் காட்சியின் சூழலுக்கும் பரவினால்தான் பூர்ணமடைகிறது என்ற நம்பிக்கை லோகியிடம் இருந்தது. 'கஸ்தூரிமான்' படத்தில் காதலன் வீட்டுக்குப் போய் அன்னியப்பட்டு திரும்பிச்செல்லும் மையக்கதாபாத்திரம் தான் சிறிய பைக்கில் கிராமம் வழியாகச் சென்று தன் வீட்டை அடைவது வரை காட்சியை நீட்டியிருக்கிறார். அவள் துயரத்துடன் பயணம்செய்யும் அந்தச் சாலையும் முக்கியமானது என்று அவர் எண்ணினார்.

அவர் எழுதிய திரைக்கதைகளில் எல்லாம் இந்த விஷயத்தை லோகி அழுத்தமாகவே குறிப்பிட்டிருப்பார். 'காருண்யம்' படத்தில் வேலை கிடைக்காமல் அலையும் கதாநாயகன் திரும்பத் திரும்ப கிராமத்தின் இடுங்கிய தெருக்களில் அலைகிறான். திரைக்கதையில் ஒரு நாவலா/ சிரியனைப்போல இந்தக் காட்சிச் சூழலை லோகி வர்ணனை செய்து வைத்திருப்பதைக் கண்டிருக்கிறேன். ஒரு காட்சியில் உள்ள உணர்ச்சியில் இருந்து அந்த நிலப்பகுதி மரங்கள், சாலை, கட்டடங்கள் ஆகியவற்றை பிரிக்க முடியாது என்பது லோகியின் எண்ணம்.

இவற்றை லோகி வலியுறுத்துவதற்கு நடைமுறைக் காரணங்களும் உண்டு என்பது என் ஊகம். உதாரணமாக லோகி உத்தேசிக்கக் கூடிய அந்த ரசிகர் - மண்வெட்டியை கழுவி வைத்துவிட்டு சினிமாவுக்கு வந்து அமர்பவர் - பல்வேறு வாழ்க்கைச் சிக்கல்களுக்குள் இருப்பவர். அவற்றில் இருந்து மெல்ல மெல்ல விடுபட்டு அவர் ஒரு கவனிப்பு நிலையை அடைந்து படத்திற்குள் நுழைய கால அவகாசம் தேவைப் படுகிறது. அதேபோல ஒரு உணர்ச்சிமயமான காட்சியில் இருந்து எளிய ரசிகர் விடுபட்டு அடுத்த காட்சிக்கு நகர்வதற்கும் கால அவகாசம் தேவை. உணர்ச்சிகளை தனக்குள் மீட்டிக்கொள்ள அவர் விரும்பலாம். அந்த அவகாசத்தை அவருக்குக் கொடுக்க லோகி உத்தேசிக்கும் அந்தத் தளர்வான காட்சிகளும் நீட்டிக்கும் உத்திகளும் உதவுகின்றனபோலும்.

லோகி நாடகத்தில் இருந்து வந்தவர். ஆகவே 'நாடகீயம்' என்று வடமொழி இலக்கணம் கூறும் உணர்வு மோதலின் தருணங்கள் மீது அவருக்கு அபரிமிதமான மதிப்பு இருந்தது. அவரது கதைகளில் மையப்பிரச்சினை ஒரு நாடகீயத் திருப்பம் வழியாகவே வெளிப் படுகிறது. பிறகு அந்த நாடகீயத்தருணம் அடுத்த நாடகீய தருணத்தை

உருவாக்குகிறது. ஒன்றில் இருந்து இன்னொன்றுக்கு என நாடகீயத் தருணங்கள் நீண்டு ஒரு உச்சம்வரை செல்கின்றன. நாடகீயத்துவத்தை உருவாக்கும் எந்த ஒரு சந்தர்ப்பத்தையும் லோகி தவறவிடுவதில்லை. அவரது முதல் படமாகிய தனியாவர்த்தனத்தையே எடுத்துக் கொள் வோம். பாலன் மாஸ்டரின் தம்பிக்கும் அவருக்குமான மோதல், பாலன் மாஸ்டருக்கும் அவரது மாமனுக்குமான மோதல், பாலன் மாஸ்டருக்கும் அவரது மனைவிக்குமான மோதல், பாலன் மாஸ்டருக்கும் மாமனாருக்கு மான மோதல் என்று விதவிதமான நாடகீய மோதல்கள் வழியாகவே அந்தக் கதை இதழ் விரிகிறது.

ஒரு காட்சி ஊடகமாக லோகி எந்த அளவுக்கு சினிமாவைப் புரிந்து கொண்டார் என்ற ஐயம் பலருக்கு உள்ளது. அவரது படங்களில் காட்சித்தன்மையை குறைவாகவே அவர் சார்ந்திருக்கிறார். அவரது திரைக்கதைகளை சிபிமலையில் அல்லது பரதன் போன்ற பெரும் இயக்குநர்கள் இயக்கியபோது தங்கள் சொந்தக் கற்பனைத் திறத்தால் அவர்கள் அவற்றுக்கு காட்சி விரிவாக்கம் அளித்தார்கள். லோகி சினிமாவை இலக்கியத்திற்கு அருகே நிற்கும் ஒரு கலைவடிவமாக மட்டுமே பார்த்தார். தன்னை ஓர் இலக்கியவாதியாகவே எண்ணினார். தன் திரைக்கதைகள் மலையாள மொழியின் சிறந்த இலக்கியப் படைப்புகள் என்று எண்ணினார். அந்தப் படங்கள் பழைமை கொண்டு காலத்தில் மறைந்தாலும் தன்னுடைய கதைகள் மொழிவடிவில் வாழும் என்று நம்பினார்.

ஆகவே திரைப்படத்தின் காட்சிப்படிமங்கள் மேல் லோகிக்கு எந்த ஈடுபாடும் இருக்கவில்லை. தன் திரைக்கதையில் அவர் குறைவாகவே படிமங்களை பயன்படுத்தினார். சொல்லப்போனால் அவர் படிமங் களை உருவாக்குவதையே வெறுத்தார். அது ஓர் அறிவுஜீவித்தனம் என்று நம்பினார். ஒரு திரைக்கதையாளன் திரைக்கதைக்குள் படிமங் களை புகுத்தக்கூடாது என்று லோகி சொல்லியிருக்கிறார். அவன் எழுதவேண்டியது கதையை, கதை நடக்கும் சூழலை. அச்சூழலில் உள்ள ஒரு பொருள் தன்னிச்சையாக படிமம் ஆகுமென்றால் அதுவே சிறந்தது. அதுவே திரைப்படத்திற்குரிய இயல்பான முன்னகர்வு.

ஏனெனில் திரைப்படம் ஒரு நிகழ்த்துகலை. கண்ணில் விழுந்து நெஞ்சுக்குச் செல்கிறது அது. நடுவே கருத்தில் அது ஊடாடுவதில்லை. பார்ப்பதன் தருணத்தில் எவரும் யோசிப்பதில்லை. யோசிக்க வைத்தால் நாம் பார்வையாளனை வெளியே விட்டுவிடுகிறோம். ஒரு படத்திலிருந்து வெளியே வந்தால் மட்டுமே அதைப்பற்றி யோசிக்க முடியும். திரைப்படம் பார்க்கும் அனுபவம் என்பது ஒருதூய கலையனுபவம் என்று நினைத்தார் லோகி. அது புத்தகம் வாசிப்பது

போல அல்ல. அதில் அறிவு ஒருதரப்பே அல்ல. ஆகவே அறிவுக்கு எதையாவது விட்டுவைத்தல் என்பதே திரைக்கலையின் இயல்புக்கு மாறானது.

அறிவுஜீவிப் படங்கள் என்ற சொல்லாட்சியை லோகி எப்போதும் நக்கலாகவே பயன்படுத்துவார். அவருக்கு அடூர் கோபாலகிருஷ்ணன், அரவிந்தன், ஷாஜி எஸ்.கருண் போன்ற 'கலைப்பட' இயக்குநர்கள் மேல் எந்தவகையான மதிப்பும் இருக்கவில்லை. அவர்களை கலைப் பட இயக்குநர்கள் என்றே கூறலாகாது என்பார். அந்தப் படங்களில் இருப்பது கலை அல்ல, அறிவுஜீவித்தனம்தான். அறிவுஜீவிகளுக்கான அறிவு ஜீவிகளால் எடுக்கப்பட்ட படங்கள். சொல்லப்படாததை வாசிக்கும் அறிவுஜீவிகளுக்காக கால்வாசி சொல்லி மிச்சத்தை ஊகிக்கவிட்டு எடுக்கப்படும் படங்கள் அவை.

வெளிநாட்டு ரசிகர்களுக்காகவே அவை பெரும்பாலும் எடுக்கப்படு கின்றன என்பார் லோகி. சராசரி மலையாள ரசிகன் அப்படங்களை ரசிக்கமாட்டான். காரணம் அவன் வாழும் யதார்த்தம் அவற்றில் இல்லை. அவன் உணரும் உணர்வுகளும் இன்று வெறும் பாவலாக் களினால் ஆனவை அவை. அந்த பாவலாக்களை நியாயப்படுத்த, எதைக் காட்டினாலும் அதற்கு ஒரு பொருள் உண்டு என்று வாதிட, அவர்கள் கண்டுபிடித்த சொல்லாட்சியே படிமங்கள் என்பது.

'ஒரு படத்தில் தோசை சுடப்படும் காட்சிக்கு குளோஸ் அப் கொடுத்து கொஞ்ச நேரம் காட்டுகிறார். எந்தக் காரணமும் இல்லை, அது ஒரு டீக்கடை என்பதைத் தவிர. ஒரு அறிவுஜீவியிடம் கேட்டேன். எதற்கு அந்த குளோஸ் அப் என்று. அது படிமம் என்று சொல்லிவிட்டார்' என்றார் லோகி. 'அது படிமம் என்றால் நம்முடைய மலையாள சண்டைப்படங்களில் அப்படி எத்தனை ஆயிரம் படிமங்கள் கொட்டிக் கிடக்கின்றன? கதாநாயகன் அடிக்கும்போது பானைகள் உடைந்து சிதறுகின்றன. கத்தரிக்காய்களும் தக்காளிகளும் உருண்டோடுகின்றன' படிமம் என்ற சொல்லாட்சியையே பலசமயம் லோகி கிண்டலாகவே பயன்படுத்துவார்.

ஆனால் லோகி படிமங்களை பயன்படுத்தியிருக்கிறார். மிகச்சிறந்த உதாரணம் அமரம் படத்தில் கடலும் தோணியும். அச்சுட்டியின் மனமும் ஆளுமையும் அந்தத் தோணிதான். கடல் அவனறியும் பிரபஞ்சம். மூலத்திரைக்கதையிலேயே லோகி பல்வேறு சொற்களால் கடலை வர்ணித்து அதைப் படிமமாக ஆக்கியிருந்தார். 'கண் எட்டும் தூரம் வரை அலைகள். ஒருகணம்கூட நிலைக்காத அந்த நீர்வெளியில் மட்டும்தான் அவன் தன்னை நிலையாக உணரமுடியும்' என்று எழுதியிருந்தார் லோகி. இன்னொரு இடத்தில் 'இரக்கமே இல்லாத பூமி அசை

வில்லாமல் கல்வடிவங்களால் அவனை சூழ்ந்து நின்றது. அச்சுட்டி அலைகள் மேல் நிற்பவன்போல அலைபாய்ந்து கொண்டிருந்தான்' என்று எழுதியிருந்தார்.

லோகியின் அறிவுஜீவிப்படம் என்று சொல்லப்படுவது அவர் இயக்கிய முதல் படமான பூதக்கண்ணாடி. அறிவுஜீவிகள் விரும்பக் கூடிய சில அம்சங்கள் அதில் இருந்தன என்றுதான் கூறமுடியும். மற்றபடி அது ஒரு சரியான லோகி படம். லோகிக்கு சிறந்த முதல்பட இயக்குநருக்கான தேசிய விருது பெற்றுத்தந்தது பூதக்கண்ணாடி. அந்தப்படத்தின் இரு படிமங்கள் பேசப்பட்டன. பூதக்கண்ணாடி ஒரு மையப்படிமம். கதாநாயகனாகிய வித்யாதரன் வாட்ச் பழுது பார்ப்பவன். வாட்ச் பழுதுபார்ப்பதற்கான சிறிய உருப்பெருக்கியை அவன் பெரும்பாலும் ஒரு கண்ணில் பொருத்தியிருக்கிறான். அதன் வழியாக அவன் மறு கண்ணால் பார்ப்பவற்றைவிட நூறுமடங்கு நுட்பமான விஷயங்களைப் பார்க்கிறான். சாதாரணப் பார்வைக்கும் அதிநுண் பார்வைக்கும் இடையே உள்ள முரண்பாடு காரணமாக அவன் பைத்தியமாகிறான்.

பூதக்கண்ணாடியின் கதாநாயகனாகிய வித்யாதரன் இந்த இரக்கமில்லாத உலகத்தைப் பற்றிய பதற்றங்கள் கொண்டவன். அதை எப்படி எதிர்கொள்வது என்று அவனுக்குத் தெரியவில்லை. முடிந்தவரை ஒதுங்கி பதுங்கி வாழ முயல்கிறான். அப்போதுதான் சிறுமி ஒருத்தி ஒரு காமுகனால் பாலியல் பலாத்காரத்துக்கு உள்ளாக்கப்பட்ட தகவல் அவன் பிரக்ஞைக்கு வருகிறது. அவனுக்கும் அதே வயதில் ஒரு மகள் இருக்கிறாள். மனைவி இல்லை. அவனுக்கு ஒரே உறவு மகள்தான். மகளை பொத்தி வளர்ப்பதிலேயே தன் வாழ்வை நகர்த்தி வருபவன் அவன். அந்தக் கொடுமை தன் மகளுக்கும் நடக்கும் என்ற அச்சம் உருவாகி அத்தகைய கொடுமை நடக்கும் ஓர் அந்தரங்க உலகம் அவனுக்குள் விரிகிறது.

அவ்வுலகுக்கும் நடைமுறை உலகுக்கும் இடையே தள்ளாடுகிறான் வித்யாதரன். கற்பனையான உலகங்களில் கற்பனையான பதற்றங்களில் அவன் முட்டிமோதுகிறான். தன் மகளை கெடுத்தான் என்று ஒருவனை அவன் கொன்றான் என்கிறது போலீஸ். சிறையில் அவன் தன்னை மீட்க முயல்கிறான். அவன் மகளும் அவனது காதலியும் அவனை வெளிக் கொணர முயல்கிறார்கள். ஆனால் அந்தக் கனவுலகின் முடிவிலா பதற்றங்களுக்குள் சென்று யதார்த்த உலகை விட்டே நீங்கிவிடுகிறான்.

திரைக்கதையில் படிமத்தை எப்படி வெற்றிகரமாகப் பயன்படுத்த முடியும் என்று காட்டிய படம் பூதக்கண்ணாடி. ஆழ்மனம் என்பது ஒரு வகையான உருப்பெருக்கிக் காட்சியே என்ற கற்பனையே அலாதி யானது. மேலும் சினிமா என்ற காட்சி ஊடகத்துடன் மிகவும் செறிவாகப்

பொருந்தும் கற்பனையும்கூட. மம்மூட்டி ஒரு கண்ணில் பூதக் கண்ணாடியுடன் மறுகண்ணால் பதற்றத்துடன் பார்க்கும் அண்மைக் காட்சி அடங்கிய படங்கள், அந்தப் படிமத்தை திட்டவட்டமாக ரசிகர்களுக்கு காட்டிவிட்டன.

பூதக்கண்ணாடி படத்தில் இன்னொரு படிமமும் உள்ளது. அது இன்னும் நுட்பமானது. வித்யாதரனுக்கு ஒருஇளம்பருவத்துத் தோழி இருக்கிறாள். தாழ்த்தப்பட்ட சாதியைச் சேர்ந்தவள். அவர்கள் இருவருக்கும் ஒரு ஆழமான மானசீகக் காதல் இருக்கிறது. அவள் திருமணமாகி கணவனை இழந்து ஒரு மகளுடன் தனித்து ஒரு குடிலில் வசிக்கிறாள். அவன் திருமணமாகி மனைவியை இழந்தவுடன் நடைமுறை வாழ்க்கையில் அவனுக்கு எல்லாவிஷயத்திலும் அவளே துணை. அவன் அவளுடைய கௌரவம் பழுதுபடக்கூடாது என்பதில் கவனமாக இருக்கிறான். அவனுடைய பெண்ணின் எதிர்காலம் பாதிக்கப்படக்கூடாது என்று கவலைப்படுகிறான். ஆகவே தனது விருப்பத்தை ஆழமாகப் புதைத்து விடுகிறான். அவள் அப்படி இல்லை. வெளிப்படையாகவே காதல் கொண்டவளாக இருக்கிறாள்.

வித்யாதரன் அவளைத்தேடி ஊடுவழிகளினூடாக செல்லும் போதெல்லாம் ஒரு பாம்பு குறுக்காகக் கடந்து செல்கிறது. அது அவனை அச்சுறுத்துகிறது. குழப்புகிறது. படிமம் என்று அதை எடுத்துக் கொள்ளாவிட்டால் அந்தக் கிராமத்தின் ஊடுவழிகளில் சாதாரணமாகக் காணக் கிடைப்பதுதான் அது. அவனுடைய அச்சத்தை வெளிப்படுத்த பல புனைவுத் தருணங்களை அந்தப் பாம்பு உருவாக்குகிறது. ஆகவே மிக இயல்பாகவே அது கதைக்குள் வருகிறது. ஆனால் படிமம் என்றால் பாம்பு பல தளங்களில் விரிகிறது. அந்தப் பாம்பை வித்யாதரன் அஞ்சுகிறான். ஆனால் அந்தப் பாம்பு ஊடுவழியில் இருந்தாக வேண்டும் என்ற எதிர்பார்ப்பும் எப்போதும் உள்ளது. அந்தப் பாம்பை சாதாரணமாகவே எடுத்துக் கொள்கிறான். 'நாம் ஒவ்வொருவரும் நமக்குள் வளர்க்கும் அந்தரங்கமான பாம்பு' என அதை லோகி திரைக் கதையில் குறித்திருந்தார். காமம், அது வளைந்து நெளிந்துதானே வரமுடியும்.

தன் திரைக்கதைகளைப்பற்றி லோகி ஒருமுறை கூறினார். 'என் கையில் இருப்பது ஒரு பூதக்கண்ணாடி. நான் இந்த குன்றின்மீது அமர்ந்தபடி பூதக்கண்ணாடியால் நகரத்தைப் பார்க்கிறேன். எனக்குப் பிடித்த ஒன்றை நான் சட்டென்று என்னை நோக்கி இழுத்துப் பெரிதாக்கி விடுகிறேன். அதன் பிறகு நான் தேர்வு செய்ததை மட்டும் உங்களுக்குக் காட்டுகிறேன். பிறபகுதிகள் எல்லாம் அவுட் ஆஃப் ஃபோகஸ் ஆகிவிடுகின்றன. இந்த பூதக்கண்ணாடி காட்டும் காட்சி வழியாக நீங்கள் பார்க்கும் நகரத்தை வேறு எங்கேயுமே பார்க்க முடியாது. அது

உங்களுடைய சொந்த நகரமாகவே இருந்தாலும். ஆகவேதான் நீங்கள் என்னைத் தேடிவந்துகொண்டே இருக்கிறீர்கள்...'

மலையாள சினிமாவில் கதைப்பஞ்சம் என்ற பேச்சு எழுந்தபோது லோகி ஒரு திரைப்பத்திரிகையில் சொன்னார், 'கதைகளுக்கு எப்படி பஞ்சம் வரும்? இத்தனை கோடி மக்கள் நம்மைச் சுற்றி வாழ் கிறார்கள். அவர்களிடம் அத்தனை கோடி கதைகள் இருக்கின்றன. வாழ்க்கை எந்த நொடியிலும் புத்தம் புதியது. அங்கே பழைய கதை என்ற பேச்சே இல்லை. இருந்திருந்தால் வாழ்க்கை எத்தனை எளிதாகப் போயிருக்கும். வாழ்க்கையில் இருந்து கதைகளை எடுத்துக்கொண்டே இருக்கலாம். எங்கே தொடங்குவது எங்கே முடிப்பது என்று மட்டும் தெரிந்தால் போதும், வாழ்க்கையின் எந்த ஒரு புள்ளியும் கதைதான்.'

லோகி அவரது இருபது வருடத் திரை வாழ்வில் ஏறத்தாழ அறுபது படம் செய்திருக்கிறார் என்பதை இப்படித்தான் நம்மால் புரிந்து கொள்ளமுடியும். கிட்டத்தட்ட வருடத்திற்கு மூன்று படங்கள். மூன்று மாதத்திற்கு ஒரு படம்! எழுதித் தள்ளியிருக்கிறார். பூதக்கண்ணாடியால் அவரது 'வள்ளுவ நாட்டை' பார்த்துப் பார்த்து அவருக்குக் கடைசிவரை சலிக்கவில்லை. அத்தனை எழுதியும் வள்ளுவநாடு சொல்லில் அடங்கவுமில்லை.

ஈ. கருணை

லோகி எழுதி சிபிமலையில் இயக்கிய 'ஹிஸ் ஹைனஸ் அப்துல்லா' என்ற திரைப்படத்தில் ஒரு புகழ்பெற்ற காட்சி. மன்னரைக் கொல்வதற்காக ஒரு முஸ்லீம் கொலையாளியை மும்பையில் இருந்து வரவழைத்து அவனை ஓர் இசைக்கலைஞன் என்று அரண்மனையில் தங்க வைத்திருக்கிறார்கள். உண்மையில் அவன் ஒரு மாபெரும் இசைக்கலைஞன். பிழைப்புக்காக அடியாளாக மாறியவன். மன்னர் அற்புதமான இசை ரசிகர். ஆகவே மன்னருக்கும் அவனுக்கும் இடையே ஆழமான ஒரு நட்புணர்வு உருவாகிறது.

மன்னரின் ஆஸ்தான வித்வான் கோயில் தரிசனங்களுக்காகச் சென்று திரும்பும்போது இப்படி ஒரு புதிய பாடகர் அரண்மனைக்கு வந்திருப்ப தாகத் தெரிந்து கொள்கிறார். புதிய பாடகன் அவரை அவமரியாதை யாகப் பேசினார் என்று அவரிடம் கூறுகிறார்கள். வந்த கோலத்திலேயே கடும் சினத்துடன் அரசவைப் பாடகர் மன்னர் அவைக்கு வருகிறார். தன்னை வணங்கவரும் புதிய பாடகனை வணங்காதே என்று தடுத்து,

'என்னுடன் போட்டி போட்டு பாடு' என அறை கூவுகிறார். இல்லை நான் போட்டியிட விரும்பவில்லை என்று அவன் ஒதுங்கும் தோறும் கடுமையான குரோதத்துடன் அவர் அவனை அழைக்கிறார். வேறு வழியில்லாமல் அவன் பாட ஒத்துக் கொள்கிறான்.

பாடல் ஆரம்பிக்கிறது. முதலில் குரோதத்துடனும் வேகத்துடனும் நடக் கிறது பாடல்போட்டி. மெல்ல மெல்ல அந்த ராகத்தின் அழகுகளில் இருவருமே சிக்கிக் கொண்டு அதை இரு வழிகளிலாக மேலும் மேலும் விரிவடையச் செய்கிறார்கள். ஓர் உச்சம் வருகிறது. இருவரும் ஒரே சமயம் அந்த உச்சத்தை அடைகிறார்கள். இருவருமே கண்ணீர் மல்க ஒருவரை ஒருவர் வணங்கி விடுகிறார்கள்.

திரையரங்கில் நெகிழ்ச்சியைக் கிளப்பிய இந்தக் காட்சியைப் பற்றி லோகியிடம் நான் விவாதித்திருக்கிறேன். இருவருமே ஒரே சமயம் தங்களுக்கு நடுவே ஒரு நுண்வடிவில் பேருருவம் கொண்டு தோற்றம் அளித்த இசை என்ற தெய்வத்தைக் கண்டு அதைத்தான் வணங்கு கிறார்கள் என்று நான் சொன்னேன். லோகி அதை மிகவும் விரும்பி மகிழ்ந்து சிரித்தார். 'நல்ல கற்பனை' என்றார். 'நீங்கள் எப்படி அதை எழுதினீர்கள்?' என்றேன். 'கிட்டத்தட்ட அதேபோலத்தான்' என்றார் லோகி. மனிதர்களின் குரோதங்களாலும் மனமாச்சரியங்களாலும் போட்டிகளும் எல்லாம் ஒருவிஷயத்தின் முன் ஒன்றுமே இல்லாமல் ஆகிவிடும். அந்த தருணத்தைத்தான் எழுதினேன்.'

நான் 'எல்லா பெரிய விஷயங்களும் அதை நிகழ்த்துமா?' என்றேன். 'கண்டிப்பாக. உதாரணமாக மரணம். காந்திக்கு நேரு மீதிருந்த பிரியம் காரணமாக படேல் நேரு மீது கோபத்தில் இருந்தார். இருவருக்கும் பதவிப் போட்டியும் காழ்ப்பும் இருந்தது. காந்தியின் மரணம் அந்த உணர்ச்சிகளை எல்லாம் அற்பமாக ஆக்கிவிட்டது. காந்தியின் சடலத்தின்முன் இருவரும் ஒருவரை ஒருவர் கட்டிப்பிடித்துக் கொண்டு கதறினார்கள்' என்றார் லோகி.

ஆச்சரியமாக, லோகி கருணை என்று இந்த உணர்ச்சியைத்தான் சொன்னார்! 'காருண்யம்' என்ற அவரது படத்தைப்பற்றி பேசினோம். அதில் தந்தைக்கும் மகனுக்குமான உணர்ச்சிகரமான போராட்டமே கரு. தந்தை ஆசிரியர். மகனை கடுமையாக உழைத்து முதுகலை பட்டதாரியாக்குகிறார். அவனுக்கு வேலை கிடைக்கவில்லை. அவனை வேலையில் அமர்த்துவதற்கான எல்லா முயற்சிகளையும் எடுக்கிறார். ஒரு கட்டத்தில் அவனைப் பார்ப்பதே அவருக்கு ஒரு ஏமாற்றத்தை நினைவூட்டுகிறது. அது வெறுப்பாக வெளிவருகிறது. ஆனால் உள்ளூர மகனுக்காக உருகிக் கொண்டிருக்கிறார் தந்தை.

ஏமாற்றங்கள் சிறுமைகள் வழியாகக் கடந்துசெல்கிற மகனை கண்ணீருடன் பார்த்திருக்கிறார் தந்தை. கடைசியில் அவரது சுயவிருப்ப மரணத்தால் மகனுக்கு அவரது வேலை கிடைக்கிறது. அந்த தியாகத்தை ஒரு நுட்பமான முறையில் மகனும் அறிந்திருக்கிறான். அப்பாவின் இடத்தில் மகன் கண்ணீருடன் நிற்கும்போது படம் முடிகிறது.

நான் 'இதில் கருணை எங்கிருந்து வருகிறது யோகி?' என்று கேட்டேன். 'பெரிய விஷயங்கள் முன்னால் நமது மனம் நெக்குருகி போகிற தல்லவா அதுதான் கருணை. அப்பா என்பது வெறும் உறவு மட்டுமல்ல அது ஒரு பெரிய மனநிலை. பூமி தோன்றிய காலம் முதலே இருந்துவரக்கூடிய ஒன்று என்று மகன் உணருவதே காருண்யம்' என்றார் லோகி.

அத்தகைய கருணையின் தருணங்களை உருவாக்கியமையினாலேயே லோகியின் படங்கள் ஆத்மாக்களை ஊடுருவின. அவரது முதல் படம் தனியாவர்த்தனத்தின் உச்சகட்டம் அத்தகையது. மகனை பைத்தியக் காரனின் சிம்மாசனத்தில் கண்ட அன்னை தன் கையாலேயே விஷ மூட்டிக் கொல்கிறாள். அந்தக் காட்சியில் சிறுவயதில் அன்னை அவனுக்குச் சோறு ஊட்டிய காட்சியின் ஒரு கிற்றை ஊடுருவச் செய்து உக்கிரமாக்கி லோகி உத்தேசித்த அந்த காருண்யத்தை நிலைநாட்டினார் இயக்குநர். சிபி மலையில், கிரீடத்தில் அப்பா 'மகனே உன்னைப் பெற்ற அப்பா கூறுகிறேன்' என்று கதறும் இடம் இன்னொரு உதாரணம்.

சமஸ்கிருத நவரசக் கோட்பாட்டில் 'கருணை' ஒன்று. துயரம் என்ற சுவையே கருணை என்று குறிப்பிடப்படுகிறது. (சிருங்காரம், ஹாஸ்யம், அத்புதம், ரௌத்ரம், வீரம், ஃபீபத்ஸம், ஃபயானகம், கருணை, சாந்தம்) இவற்றில் கருணை சாந்தத்துக்கு முந்தைய ரசமாக குறிப்பிடப்படுவது கவனிக்கத்தக்கது. 'கண்ணீர்த்துளிவர உள்ளுருக்குதல்' என்று இதைச் சொல்லலாம்.

இங்கே குறிப்பிடப்படும் துயரம் அல்லது மனநெகிழ்ச்சி என்பது தன்னிரக்கத்தாலோ அல்லது இரக்கத்தாலோ உருவாக்கூடிய ஒன்று அல்ல. அத்தகைய உணர்ச்சிகளுக்கு இலக்கியத்திலும் பெரிய முக்கியத் துவம் இல்லை. அவை மிகையுணர்ச்சிகள் (Sentiments) என்றே விமரிசன அளவுகோல்களால் வகுக்கப்படும்.

உதாரணமாக ஒரு கதாபாத்திரத்தின் மரணம் உருவாக்கும் உணர்ச்சி வேகத்தைக் குறிப்பிடலாம். வெறும் ஒரு இழப்பாக மட்டும் நின்று விடக்கூடிய மரணத்துக்கு கலையிலும் இலக்கியத்திலும் எந்த மதிப்பும் இல்லை. கலை என்பது மேலான துயரம். உன்னதமான மனநிலையில் நின்று பார்வையாளர் சொட்டும் கண்ணீர் அது.

எப்படி நிகழ்கிறது அந்தக் கண்ணீர்? மனித மனத்தின் மகத்துவத்தை, மானுட வாழ்வின் பிரம்மாண்டத்தை உணரும்போது ரசிகனின் மனம் அடையும் விரிவு அவனை விம்மச் செய்கிறது. அதேபோல மானுட மனத்தின் சிறுமை, மானுட வாழ்வின் அளவிட முடியாத எளிமை இரண்டும்கூட ரசிகனின் மனத்தை விம்மச் செய்யக்கூடும். அவை இரண்டுமே இருவகை உச்சநிலைகள்.

வேறு சொற்களில் லோகி அதை கூறுவதுண்டு. 'அன்பும் அன்பின்மை யும் நம் கண்களை நிறையச் செய்கின்றன' என்றார் லோகி. அன்பின் முன்பிலும் அன்பின்மையின் முன்பிலும் மனிதன் செயலற்றவனாக நிற்கிறான். காரணம் அப்போது அவன் பிரபஞ்ச விதிகளில் ஒன்றை நேருக்கு நேராகச் சந்திக்கிறான்.

உதாரணமாக இரு சந்தர்ப்பங்கள். விக்டர் ஹ்யுகோவின் 'துன்பப்பட்ட வர்கள்' (லெ மிஸரபிள்ஸ்) நாவலில் புகழ்பெற்ற சந்தர்ப்பம். பிஷப் வீட்டுக்குள் புகுந்து மெழுகுவர்த்தி ஸ்டாண்டுகளை திருடிச் செல்கிறான் ஜீன் வால்ஜீன். பிடிபட்டு அவரிடமே இழுத்து வரப்படுகிறான். அவர் 'அதை அவனுக்கு கொடுத்துவிட்டேன்' என்று சொல்லும்போது சட்டென்று மானுடத்தின் விரிவை சந்திக்கிறான். அன்பைச் சந்திக்கிறான். அந்தக் கணம் அவன் வாழ்வின் திருப்புமுனை. கண்ணீருடன் அவன் பணிகிறான்.

இன்னொரு காட்சி லேவ் தல்ஸ்தோயின் போரும் அமைதியும் (War and Peace) நாவலில் வரும் காட்சி. விசாரணைக்குப் பிடித்து வரப்படும் கைதிகளை சரிவர விசாரிக்காமல் ஒரு மனக்குழப்பத்தில் சுட்டுத்தள்ள உத்தரவிடுகிறான் மால்கோவின் கவர்னர். அந்த உத்தரவை கைதிகளால் நம்பமுடியவில்லை. அத்தனை அன்பே இல்லாத சகமனிதனை அவர் களின் மனம் ஏற்கவில்லை. மானுட வாழ்வே சகமனிதன் மீதான நம்பிக்கையின் சிருஷ்டி. சட்டென்று காலடி நிலம் காற்றாக மாறி விட்டது போல மனம் உடைந்து அழுகிறார்கள். அதுவும் மானுட தரிசனமே.

லோகி அன்பின் உச்சத்தையும் அன்பின்மையின் உச்சத்தையும் தன் படைப்புகள் மூலம் முன்வைத்தவர். அதன் வழியாக தன் ரசிகர்களை கண்ணீர்த் துளி வரும்வரை உருக்கியவர். வழக்கமாக இத்தகைய உச்சம் என்பது புனைகதைகளில் மாபெரும் தியாகமாகவே இருக்கும். ஏனென்றால் மானுடப் பண்பாடு என்பதே தியாகத்தால் உருவாக்கப் பட்ட ஒன்று. ஒரு தனிமனிதன் தன் உயிரையும் இன்பத்தையும்விட ஒரு விழுமியம் மேலானது என்று நினைப்பதே தியாகம்.

சமூக உணர்வு என்ற விழுமியம் நட்பு, காதல், பாசம் என்னும் விழுமியங்கள். அவ்விழுமியங்கள் மேல் ஆழமான நம்பிக்கை

நம்முடைய சமூக அமைப்பில் உருவாக்கப்பட்டிருப்பதனால் அவற்றுக் காக செய்யப்படும் தியாகம் ரசிகர்களை உடனடியாக நெகிழச் செய்கிறது. ஒரு திரைப்படத்தைப் பொறுத்தவரை எப்போதும் வெற்றி பெறும் மைய உணர்ச்சியே இதுதான். நமது பிரபல படங்கள் – கதைகளில் பெரும்பாலானவை தியாகம் சார்ந்தவை.

லோகி அந்த வழக்கமான, எளிய பாதையில் சென்றவர் அல்ல. அவரது திரைக்கதைகளில் தியாகத்தின் கதைகளை குறைவாகவே நாம் காணமுடிகிறது. லோகி அந்த உள்ளம் உருக்குதலை இன்னமும் விரிவான ஒரு தளத்தில்தான் எப்போதும் எடுத்துக் கொள்கிறார். அவர் இருதளங்களில் அதை நிகழ்த்துகிறார் என்று படுகிறது. மனித மனம் இன்னொன்றை எத்தனை நுட்பமாகப் புரிந்து கொள்கிறது என்று காட்டுகிறார். அதன்வழியாக மனிதனுக்கு மனிதன் மேல் உள்ள உறவு என்பது எத்தனை ஆழமானது என்பதைக் காட்டுகிறோம். அது ஒரு பிரம்மாண்டத்தை கண்முன் தரிசிக்கும் உணர்வை அளிக்கிறது.

இன்னொரு வகை கதைகளையும் லோகி எழுதியிருக்கிறார். லோகி மனிதனின் ஆசாபாசங்களையும்விட பிரம்மாண்டமான எத்தனை விஷயங்கள் இந்த பூமியில் உள்ளன, எத்தனை மகத்தான விஷயங்கள் மேல் நாம் அமர்ந்திருக்கிறோம் என்று காட்டுகிறார். அவை வெளிப் படும் இடங்கள் நமக்கு மானுட தரிசனமாக ஆகின்றன.

உதாரணமாக முதல் வகைக்கு பரதம் படத்தின் உச்சகட்டத்தைச் சொல்லலாம். இசைக்கலைஞனாகிய கதாநாயகன் தன் அண்ணனை மனதில் ராமனாகவும் அண்ணியை சீதையாகவும் உருவகித்து வைத்திருப்பவன். அண்ணன்தான் அவனுடைய குரு, அப்பா எல்லாமே. அண்ணன் குடிப்பழக்கத்துக்கு ஆளாகிறார். ஒருமுறை மேடையில் அவர் போதையினால் பாட்டில் தடுமாறுகிறார். தக்க சமயத்தில் பின்பாட்டுக்கு அமர்ந்திருக்கும் தம்பி உள்ளே புகுந்து மேலே பாடி கச்சேரியைக் காப்பாற்றுகிறான். தம்பி மேலான பாடகன் என்பது தெரியவந்ததும் ரசிகர்கள் அவனைக் கொண்டாடுகிறார்கள். அண்ணன் அதன்மூலம் மனக்காழ்ப்பும் கசப்பும் கொள்கிறார்.

அவர்களின் இளைய சகோதரியின் திருமணம் நிச்சயமாகிறது. திருமணம் நிகழ ஒரே ஒருநாள் இருக்கும்போது அண்ணன் காணாமல் போகிறார். பல இடங்களில் தேடுகிறார்கள். அவரது பிணம் கிடைத்ததாக போலீஸ் ஸ்டேஷனில் கூப்பிட்டுச் சொல்கிறார்கள். அவர் ஒரு சாலை விபத்தில் உயிர் துறந்திருக்கிறார். அதேசமயம் இறப்பதற்கு முன் அவர் எழுதிய கடிதம் வீட்டில் அண்ணிக்குக் கிடைக் கிறது. அவர் தேசாடனம் போயிருப்பதாக அவர்கள் நம்புகிறார்கள்.

அந்தத் தங்கை ஊமை. அவள் திருமணம் பலகாலமாகத் தடைபட்டு வந்து ஒருவழியாகத் தீர்மானமாகிய ஒன்று. அது மீண்டும் தடைபடலாகாது என்று கதாநாயகன் எண்ணுகிறான். அவனுடைய காதலியும் அதையே கூறுகிறாள். அண்ணன் இறந்த செய்தியை மறைத்துவிட்டு திருமணத்தை நடத்துகிறான் கதாநாயகன். அண்ணனின் சடலத்தை அவன் எவருக்கும் தெரியாமல் எரித்தும் விடுகிறான். திருமணம் முடிந்ததும் வீட்டில் அனைவருக்கும் நடந்தது என்ன என்பதைச் சொல்கிறான்.

அந்த அதிர்ச்சியை வீட்டில் உள்ளவர்களால் தாங்கிக்கொள்ள முடிவ தில்லை. அது குரூரமான ஒன்றாக அவர்களுக்குப் படுகிறது. ஊமையான தங்கையும் அவன் தாயும் உட்பட அத்தனை பேரும் அவனை அதற்காக சாபம் போடுகிறார்கள். அவன் அண்ணனைக் கொன்றிருக்கவும்கூடும் என்றுகூட சிலர் நம்புகிறார்கள். கடைசிச் சாபத்தை பெறுவதற்காக அவன் அண்ணியின் அருகே செல்கிறான். அவள், 'என் செல்லமே இதை நீ எப்படிடா தாங்கிக் கொண்டாய்?' என்று கேட்டு அவனை நோக்கி கதறுகிறாள். அவன் கைகூப்பி அழுகிறான். அங்கு படம் முடிகிறது.

யாரோ ஒருத்தியாக அந்த வீட்டுக்கு வந்தவள், உதிர உறவே இல்லாதவன், அவனை சாபம்போட எல்லா உரிமையும் இருப்பவள், அவனை தன் பேரன்பால் புரிந்துகொண்ட அந்த இடமே படத்தின் உச்சகட்டம் என்று வகுத்தார் லோகி. அவள் உண்மையிலேயே சீதைதான் என்று காட்டுகிறார். அற்புதமான ஒரு தருணம் வழியாக மானுட மனம் ஒன்றை ஒன்று எப்படியெல்லாம் புரிந்துகொள்ள முடியும், அதற்கு பேரன்பு எப்படி ஒரு ஊடகமாக அமையமுடியும் என்று காட்டுகிறார் லோகி.

தன்னுடைய நிதானமான நடிப்பின் மூலம் மோகன்லால் அந்தக் கதாநாயகனின் பாத்திரத்தை திரையில் உயிர் பெறச்செய்தார். அவன் மனசாட்சியின் தீயில் எரிந்து உருகுவதை கண்முன் காட்டியிருக்கிறார். லட்சுமி அந்த உச்சகட்டக் காட்சியை சிறப்பாக செய்திருந்தார். கேரளத் திரை ரசிகர்களை அந்த உன்னதக் கணம் திரையரங்கில் கண்ணீருடன் விம்மச் செய்தது.

அத்தனை உணர்ச்சி உத்வேகம் இல்லை என்றாலும் நுட்பமான ஒரு காட்சியை உச்சகட்டமாக ஆக்கி இதேபோன்ற ஒரு தருணத்தை உருவாக்கியிருந்தார் லோகி. அவருடைய தூவல் கொட்டாரம் என்ற படத்தில் கிராமத்தில் வக்கீல் தொழில் செய்கிறான் கதாநாயகன். வயிற்றுப்பிழைப்புக்காக எந்த வேலையும் செய்யக்கூடிய வக்கீல். ஏழைக்குடும்பத்தின் மூத்தமகன். அவர்கள் பாரம்பரியமாகவே ஒரு அரச குடும்பத்தில் வேலையாட்கள்.

அரச குடும்பத்தைச் சேர்ந்த இளம்பெண் ஒருத்தி மனநிலை குன்றிய நிலையில் ஊருக்குக் கொண்டுவரப்படுகிறாள். ஒரு விபத்தில் சகோதரனை இழந்தவனால் மனநோய்க்கு ஆளானவள். அவர்களுக்குத் தேவையான சகல சேவைகளையும் செய்கிறான் கதாநாயகன். மெல்ல மெல்ல அவனுக்கு அவள் மீது ஈடுபாடு உருவாகிறது. அது அவளை நிதானம் அடையச் செய்கிறது. அவனுக்கு ஏற்கனவே ஒரு காதலி இருக்கிறாள். அவனைப் போலவே ஏழை. அந்தக் காதலிமீது ராஜ குடும்பத்துப் பெண் கடுமையான பொறாமை கொள்கிறாள். அவள் மனம் மெல்ல மெல்ல சீரடையும்போது அவனையே அவளை மணம் செய்யச் சொன்னால் என்ன என்ற எண்ணம் அரச குடும்பத்திற்கு வருகிறது.

அது பெரிய வாய்ப்பு. பணம், கௌரவம், அதைவிட மேலாக, அவனுடைய பெரிய குடும்பத்தின் எல்லா சிக்கல்களையும் அது தீர்த்துவிடும். ஆனால் அவன் தன் மனசாட்சியை ஒத்திவைக்க வேண்டும். காதலியைக் கைவிட வேண்டும். ஆனால் அவனுடைய குடும்பத்தினரே அதை ஏற்க வில்லை. எங்கள் நலனுக்காக நீங்கள் இதைச் செய்ய வேண்டியதில்லை என்கிறார்கள். சுயநலத்துக்காக அவன் தன்னை நம்பிய காதலியை கைவிடுகிறான் என்று குற்றம் சாட்டுகிறார்கள். அவனுடைய சிக்கல் அதுவல்ல, அவன் அவனால் சகஜ வாழ்வுக்குக் கொண்டுவரப்பட்ட அந்தப் பெண்ணை மீண்டும் மன இருட்டுக்குத் தள்ள விரும்பவில்லை. அந்த மனசாட்சியின் இக்கட்டில் அவன் திணறுகிறான்.

சிக்கல் இறுகி, இறுகி உச்சம் கொள்கிறது. அவன் அந்த ராஜ குடும்பத்துப் பெண்ணை கூட்டிக் கொண்டு திருவில்வமலையில் உள்ள புனர்ஜனி என்ற குகைக்குச் செல்கிறான். அந்தக் குகை வழியாக நுழைந்து மறுபக்கம் வந்தால் அது மறுபிறப்புக்குச் சமம் என்பது ஐதீகம். அவர்கள் அதனூடாக வந்ததுமே அவள் கண்டு கொள்கிறாள், அவனில் அவள் பார்த்தது விபத்தில் இறந்த தன் அண்ணனைத்தான் என்று. அவளுடன் ஒரே கருவழியாக வந்தவன். ஒரே வாசல் வழியாக சேர்ந்து பிறந்தவன். அந்தக் கண்டடைதலில் அவள் அவனுக்கு தங்கையாகிறாள்.

ஒருவர் உண்மையில் நமக்கு யார் என்ற வினாவில் இருந்து அந்தக் கதையை ஆரம்பித்திருக்கிறார் லோகி. அந்த அனுபவத்தை அவரே கூறினார். புனர்ஜனி நுழைய அவர் திருவில்வ மலைக்குச் சென்றார். அவர் உள்ளே நுழைந்தபோது யாரோ இரு இளைஞர்களும் கூடவே வந்தார்கள். யாரென்றே தெரியாத அவர்கள் தன்னுடன் சேர்ந்து ஒரு கருவறைப் பயணத்தைச் செய்ததன் வழியாக தன்னுடைய சகோதரர்கள் ஆகிவிட்டார்கள் என்று அவருக்குத் தோன்றியதும் அழுத்தமான ஒரு மன எழுச்சி அவருக்கு ஏற்பட்டதாம். அதுவே தூவல் கொட்டாரம் கதையின் கருவாக ஆகியது. பேருந்தில் நம்மருகே பயணம் செய்யும்

ஒருவர், அவர் எங்கே எதற்காக செல்கிறார் என்று தெரியவில்லை என்றாலும், எனக்கு சகபயணி ஆகிவிடவில்லையா? உறவு என்னால் உரிமை கொண்டாடும் உறவுகள் மட்டும்தானா?

உள்ளுருக்கும் தருணங்களில் லோகி உருவாக்கும் இரண்டாவது வகையான உச்சங்களுக்கு சிறந்த உதாரணம் 'ஹிஸ்ஹைனஸ் அப்துல்லா'வின் உச்சகட்டம். மகாராஜாவைக் கொல்வதற்காக பணம் கொடுத்து அனுப்பப்பட்ட அடியாள்தான் கதாநாயகன். அவன் பெரும் பாடகன். பாடகனாக வந்து அரண்மனையில் தங்கியிருக்கிறான். அவன் பாட்டுக்கு அடிமையானார் மன்னர். அப்போது தெரியவருகிறது அவருக்கு அவன் யாரென.

அவனை அருகே உள்ள குன்று ஒன்றின் செங்குத்தான சரிவுக்கு கூட்டிச் செல்கிறார். அங்கே நின்றபடி கூறுகிறார், அவன் எதற்காக வந்தான் என்று தனக்குத் தெரியும் என்று. அவனுக்கு வேண்டிய சன்மானம் தன் உயிர்தான் என்றால் அதை அளிக்கவும் சித்தமாக இருப்பதாக. தன்னை அங்கே தள்ளி கொன்றுவிட்டு எவரிடமும் சிக்காமல் தப்பிவிடும்படி கோருகிறார். 'உன்னுடைய இசையின் உன்னதத்திற்கு முன் உயிரை அளிக்க நான் மகிழ்ச்சியுடன் சம்மதிக்கிறேன்' என்கிறார். அவன் கண்ணீருடன் அவர்முன் நிற்கிறான்.

இரு மனிதர்கள், இருவகையான உலகங்களை சேர்ந்தவர்கள் இரு வரையும் இணைக்கிறது இசை. இருவரையும் வெறும் கிருமிகளாக ஆக்கி மண்ணில் ஆழத்தில் வீழ்த்திவிட்டு வானளாவ ஓங்கி நிற்கிறது இசை. அந்த உச்சத்தை இருவருமே உணரும் தருணம்தான் இந்தப் படத்தின் உச்சம். நெடுமுடி வேணு மன்னராகவும், மோகன்லால் பாடகராகவும் நடித்த இப்படத்தின் இந்தச் சந்தர்ப்பம் கேரளத்தின் திரையரங்குகளில் உணர்ச்சிப் பெருக்கை உருவாக்கியது. அந்த மன எழுச்சி தன்னிரக்கம் அல்லது கழிவிரக்கம் மூலம் உருவானது அல்ல. அது ஒருவகையான மன எழுச்சி. பிரம்மாண்டமான ஒன்றை அப்போது ரசிகர்களும் தரிசித்தார்கள். அவர்களும் அதன்முன் கண்ணீர்மல்கி செயலிழந்து நின்றார்கள்.

லோகியின் மாபெரும் வணிக வெற்றிகளில் ஒன்றாகிய கௌரவர் படமும் இதேபோன்ற கதைக்கரு கொண்டதுதான். மிகவும் பரபரப் பான படம் அது. கள்ளக்கடத்தல் கிராமம் ஒன்றை ஒரு போலீஸ் அதிகாரி அழிக்கிறார். அப்போது வெடிகுண்டு வெடிப்பில் கொல்லப் பட்ட தாயின் ஒரு குழந்தையை எடுத்துக் கொண்டுவந்து தானே தன் இரு பெண்குழந்தைகளில் ஒன்றாக வளர்க்கிறார். அது கதாநாயகனின் குழந்தை. அவன் ஒரு கள்ளக்கடத்தல் முதலாளியின் அடியாள். அந்த

ஊரே தேவையில்லை என்று மனைவி குழந்தையுடன் தப்ப முயன்ற போதுதான் அந்த வெடிவிபத்து. அவன் சிறைக்குப் போய் திரும்பி வருகிறான். அந்த போலீஸ் அதிகாரியை பழிவாங்க நினைக்கிறான். அவரை பின்தொடர்கிறான்.

அப்போது அந்த போலீஸ் அதிகாரியால் பூண்டோடு அழிக்கப்பட்ட அந்த கள்ளக்கடத்தல் கிராமத்தின் தலைவனும் பெரும் பழிவாங்கும் வெறியுடன் அலைந்து கொண்டிருக்கிறான். அவரும் போலீஸ் அதிகாரி யையும் குடும்பத்தையும் தாக்குகிறார். போலீஸ் அதிகாரி கொல்லப் படுகிறார். சாவதற்கு முன் கதாநாயகனிடம் அவரது மூன்று மகள்களில் ஒருத்தி அவனுடைய மகள்தான் என்கிறார். அவன் அதை நம்ப ஆதாரங் களையும் காட்டுகிறார். ஒரு வயதுக்குள் தன் மகளை விட்டுப் பிரிந்து 12 வருடச் சிறைவாசத்தை கழித்துவிட்டு வந்த அவனா அவனுடைய மகளை அடையாளம் காண முடியவில்லை. ஆகவே அவன் அந்த மூன்று பெண்களுக்கும் காவலாகிறான்.

அவர்களை அவன் அவனுடைய முன்னாள் தலைவரின் கொலை வெறியில் இருந்து பாதுகாக்கிறான். இறுதிக்காட்சியில் கொலைவெறி கொண்ட கள்ளக்கடத்தல் தலைவர் கொல்லப்படுகிறார். உயிரை பணயம் வைத்துப் போராடும் கதாநாயகன் காயம்பட்டு விழுந்து கிடக்கும் போது அவன் காப்பாற்றிய பெண்கள் அருகே வருகிறார்கள். உங்களுடைய மகள் யாரென்று கூறிவிடுகிறோம் என்கிறார்கள். 'வேண்டாம், அதைத் தெரிந்துகொண்டு நான் என்ன செய்யப்போகிறேன். மூன்றுபேருமே என் மகள்கள்தான்' என்கிறான் அவன்.

ஒரு மகள் மீதான பாசத்தில் இருந்து கதாநாயகன் மனித உணர்வை அடைய ஆரம்பிக்கிறான். அந்த மனவிரிவு மெல்ல மெல்ல பாசம் என்ற கருத்தை நோக்கிச் செல்கிறது. அந்த விழுமியத்துக்கு முன் தன்னை சிறியவனாக ஆக்கி சமர்ப்பணம் செய்யும் அவனுடைய மனஎழுச்சியை அல்லது அகவிரிவைத்தான் லோகி இந்தப்படத்தில் உச்சமாக ஆக்கியிருக்கிறார். லோகிக்கே உரிய உக்கிரமான நாடகிய தருணங்கள் வழியாகச் சென்று ஓர் உணர்ச்சிகரமான உச்சத்தில் நிறைவு கொள்கிறது இந்தப்படம். அந்த உச்சம் கேரள அரங்குகளில் மனநெகிழ்வை உருவாக்கி அந்தப்படத்தை மாபெரும் வெற்றிப்படமாக ஆக்கியது.

உள்ளுருக்கும் தருணத்தில் நடப்பது என்ன? சாக்ரடீஸ் அதை கதார்ஸிஸ் என்கிறார். கதார்ஸிஸ் என்பதை கண்ணீர் வழியாக தூய்மைப் படுத்திக் கொள்ளுதல் என்று கூறலாம். ஒவ்வொரு மனிதனுக்குள்ளும் தன்னை இழிவாக உணரும் ஓர் அந்தரங்கம் ஒன்று இருக்கும். தன் சொந்த காமகுரோத மோகங்களினால் ஆன ஒரு பாதாளம். அந்த

பாதாளத்தைப் பற்றிய இழிவுணர்ச்சியினால்தான் அவன் தன்னைவிட மேலானவற்றை நாடுகிறான். தன்னை உயர்ந்த பற்றுடன் அடையாளப் படுத்திக் கொள்ள ஆசைப்படுகிறான். தன்னை தூய்மைப்படுத்திக் கொள்ள துடிக்கிறான்.

சிறந்த புனைவு உருவாக்கும் உச்சகட்ட நெகிழ்வு என்பது ஆன்மாவை குளிப்பாட்டுதல் போன்றது. அங்கே மனித அகம் மகத்துவங்களை அடையாளம் காண்கிறது. நெகிழ்ந்த கண்ணீர் விடுகிறது. உருகுகிறது. அந்தத் துயரம் மூலம் அது மீண்டெடுக்கிறது. ஒரு திரையரங்கின் இருளில் மனம் உருகி கண்ணீர்விடக்கூடிய ஒரு ரசிகன் தன் சொந்த மாசுகளை கழுவிக் கொள்கிறான். தன் அக இருளில் ஒளிபெறுகிறான். ஆன்மீகக் குளியல் ஒன்றுக்குப் பிறகு மீண்டெடுக்கிறான். காருண்யம் என்று லோகி அதைத்தான் சொன்னார்.

லோகியை ஒரு மகத்தான கலைஞன் என்று கூறமுடியுமா? உலக மெங்கும் எந்த அர்த்தத்தில் மக்கள் அச்சொல்லைச் சொல்கிறார்களோ அப்படி அவரை சொல்லிவிடமுடியாததுதான். சத்யஜித் ரே, ரித்விக் கட்டக் போன்றவர்களின் வரிசையில் அவரை அமரச் செய்யமுடியாது தான். அவரது கலை அடிப்படையில் எளிமையானது, உணர்ச்சிகர மானது, நேரடியானது. ஏனென்றால் ஏற்கனவே குறிப்பிட்டபடி அது எளிய ரசிகர்களை முன்னால் கண்டு உருவாக்கப்பட்டது.

லோகி உட்சிக்கல் மிக்க கதைகளை உருவாக்கவில்லை. நுட்பங்கள் செறிந்த கதைகளையும் உருவாக்கவில்லை. அவரது ஆக்கங்களின் மறைபிரதி (Subtext) என்பதே அனேகமாகக் கிடையாது. அவர் ஒருபோதும் ரசிகனை கூறப்படாத ஆழங்களை நோக்கிக் கொண்டு செல்ல முற்பட்டவரல்ல. உலக சினிமாவின் உன்னதங்களை உணர்ந்த ஒரு ரசிகனுக்கு, தன் கற்பனையில் கலையின் அனைத்து நுட்பங் களையும் நிகழ்த்திக் கொள்ளும் வல்லமை கொண்ட ஒரு ரசிகனுக்கு லோகியின் படங்களில் புதிதாக ஒன்றும் இல்லை.

லோகியின் படங்களின் முக்கியமான குறைபாடுகள் என்ன? ஒரு திரைக்கதையாசிரியராக அவரது குறைபாடுகள் மூன்று. முக்கியமான முதல் குறைபாடு என்பது அவரது கதைகளின் உணர்ச்சி நிலைகள் எல்லாமே ஊகிக்கக்கூடியவை என்பதே. Predictable sentiments என்று இலக்கிய விமரிசனம் கூறும் பலவீனம் அவரது எல்லாப் படங்களுக்கும் உண்டு. உண்மையில் சினிமா போன்ற ஒரு நிகழ்த்து கலையில் ஊகிக்கத் தக்க உணர்வு எழுச்சிகள் மிகவும் சாதகமான விளைவுகளையே ஏற்படுத்தும். அதிர்ச்சியூட்டும் உணர்வுநிலைகளுக்கும் திரைப்படத்தில் முக்கியமான இடம் உண்டு என்றாலும் லோகி அந்த திசைக்கே சென்றதில்லை.

ஒரே விதிவிலக்கு அவருடைய 'ஜாதகம்' என்ற படம். அதில் அந்த மையக் கதாபாத்திரத்தின் மனம் செயல்படும் விதம் ஒருபோதும் கொலை நோக்கிச் செல்லக்கூடியது அல்ல. பாசமுள்ள மூடநம்பிக்கை நிறைந்த, பழமைவாதிதான் அவர். அதேபோன்ற இன்னொரு மூட நம்பிக்கை வழியாக அல்லது தீவிரமான பாசம் வழியாக அந்த முடிவை லோகி எட்டியிருக்கலாம். ஆனால் பெரும்பாலான படங்களில் லோகி அதைத்தான் செய்கிறார். 'அலையடித்து நீர் விலகுமோ' 'தானாடா விட்டாலும் சதை ஆடும்' என்றெல்லாம் நம் மரபு பேசிப்பேசி நிறுவிய விழுமியங்களில் லோகி மீண்டும் மீண்டும் பேசுகிறார்.

லோகியைப் பொறுத்தவரை பேசத்தக்கது அதுமட்டுமே. அதை தன் பேட்டியில் மிக விரிவாகவே சொல்கிறார். ஒரு படம் பார்க்க திரையரங்குக்குள் வந்து அமரும் மக்கள் கூட்டம் அதன் உன்னதமான தியான நிலையில், நெகிழ்ந்த நிலையில் இருக்கிறது என்கிறார் லோகி. ஆகவே ஒருபோதும் அந்த மக்களிடம் எதிர்மறைப் பண்புள்ள விஷயங்களைக் கூறலாகாது. வளமான ஈரமண்ணில் விஷவிதையை விதைப்பது போன்றது அது என்று லோகி கூறினார்.

திரைப்படமாகவே அவர் பெரு விழுமியங்களின் பிரச்சாரகர். தர்மபிரபோதனம் (அறப்பிரச்சாரம்) கலையின் சாரம். அதுவே கலைஞனின் கடமை. அதுவே நாராயணகுரு உபதேசித்தது என்கிறார் லோகி. லோகி அதில் எப்போதும் சமரசம் செய்து கொண்டவரல்ல. விசித்திரமான கருத்துகளையும் விபரீதமான கோணங்களையும் அறிவுஜீவிகள் மட்டும் பார்க்கும் படங்களுடன் வைத்துக்கொள்ளலாம் என்கிறார். ஹாலிவுட் சினிமா மீண்டும் மீண்டும் மனவக்கிரங்களைத் தானே வெகுஜனக் கலையாக ஆக்குகிறது என்று லோகி கண்டித்தார்.

லோகியின் படங்களின் அடுத்த முக்கியமான குறைபாடு அவற்றின் உச்சநிலைகள் எல்லாமே மொழியால் ஆனவை என்பது. காட்சிப் படிமம் மூலம் உச்சம் என்பதை லோகி அறிந்ததில்லை. ஒரு கதாபாத் திரத்தின் ஆன்மா ஓரிரு சொற்களில் வெளிவருவதையே தன் உச்சமாக லோகி முன்வைக்கிறார். அதேசமயம் தமிழ்ப் படங்கள் போல பக்கம் பக்கமாக வசனம் பேசவைப்பதில்லை அவர். தன் கருத்துகளை கதாபாத்திரங்களை பேசவிடுவதில்லை. எந்த ஒரு கதாபாத்திரமும் அக்கதாபாத்திரத்தின் குணசித்திர எல்லையை மீறி எதையுமே சொல்வதில்லை.

ஆகவே லோகி எப்போதுமே அலங்கார வசனங்களை எழுதியதில்லை. செயற்கையான அதிசயங்களை வசனங்களில் ஏற்றியதில்லை. 'ஆத்மாவின் மையப்புள்ளியில் சென்று குத்தி நிற்கும் ஒரே ஒரு வசனம்,

போதும் ஒரு படத்திற்கு' என்றார் லோகி. ஆனாலும் அது வசனமே. அது அளிக்கும் அனுபவம் மொழியனுபவமே. சினிமா அளிக்கும் காட்சியனுபவம் அல்ல. மோகன்லால், மம்முட்டி போன்ற மாபெரும் நடிகர்களால் அந்த வசனங்கள் காட்சியனுபவமாகவும் ஆக்கப்பட்டிருக் கின்றன என்பது உண்மை. ஆனால் திரையில் காட்டப்பட்ட இலக்கியமே சினிமா என்ற நிர்ணயத்தில் இருந்து லோகி இறங்கி வரவே இல்லை.

மூன்றாவதாக லோகியின் பலவீனம் என்பது அவரது மாபெரும் பலமேதான். நாடகீயத்தன்மை. அவரது படத்தில் சாராம்சமான விஷயங்கள் உக்கிரமான நாடகத்தருணம் மூலமும் வெளிப்பட முடியும். கொதிநிலையில் நிற்கும் கதாபாத்திரங்கள் ஒருவரோடொருவர் முட்டி தீ பறக்கும் மோதலை உருவாக்கி, இருவருமே தீவிரமாக வெளிப்பாடு கொள்வார்கள். மிகச்சிறந்த உதாரணம் ஏற்கனவே குறிப்பிடப்பட்ட இடம்தான். ஹிஸ்ஹைனஸ் அப்துல்லா நாவலில் ஆஸ்தான வித்வான் கதாநாயகனுடன் மோதி போட்டியிட்டு இருவருமே ஒரே உச்ச அனுபவத்தைச் சந்திக்கும் இடம்.

அந்த உச்சத்தை அந்த மோதலின் நாடகத்தன்மை இல்லாமல் முன்வைக்க லோகியால் முடிந்திருக்காதா என்ன? முடியும். ஆனால் அந்த வழியை அவர் தேர்வு செய்வதில்லை. மேடை நாடகத்தில் கிடைத்த பயிற்சி அது. மேடையின் வரையறுக்கப்பட்ட சதுரத்திற்குள் ஒரு வாழ்க்கையை நிகழ்த்துவதற்கான மிகச்சிறந்த வழிமுறை என்பது அந்தப் புள்ளியில் வாழ்வின் எல்லா ஊடுபாடுகளும் முடிச்சிட்டு மோதிக்கொள்ளச் செய்வதே. ரசிகனின் கவனத்தை அந்த மையத்தை விட்டு நகராமல் பார்த்துக் கொள்கிறது. அது அதன்மூலம் அது மேலான கலையனுபவத்தையும் அளிக்கிறது.

ஆனால் நாடகீயத்துவம் மெளனமான பல தருணங்களை இழந்து வருகிறது. நாடகீயத்தன்மை கொந்தளிக்கும் தஸ்தயேவ்ஸ்கியின் படைப்புகளில் மெளனத்தருணங்கள் நிகழ்வதேயில்லை. அத்தகைய பலநூறு தருணங்களை நாம் தல்ஸ்தோயின் படைப்புகளில் சாதாரண மாக பார்க்கலாம். தல்ஸ்தோய் நாடகக்காரரான ஷேக்ஸ்பியரை அவை அதிகப்படியான நாடகீயத்தனத்துடன் இருக்கின்றன என்பதற்காகவே கண்டித்தார். லோகியின் உக்கிரமான ஆக்கங்களில் கலையின் உத்வேகம் உள்ளது. அது கற்பனாவாதக் கலைக்கு உரிய பண்பு. செவ்வியல் கலைக்குரிய பண்பு என்பது மென்மையான நுண்மையான தருணங்கள். அவை லோகியின் கலையில் இல்லை.

ஆகவே லோகியை ஒரு மகத்தான கலைஞன் என்று ஒருபோதும் கூறமுடியாது. ஆனால் எவ்விதமான ஐயமும் இல்லாமல் அவரை

மக்கள் கலைஞன் என்று கூறிவிடலாம். வாழ்க்கையைப் பற்றி மக்களிடமே பேசிய கலைஞர் அவர். எப்போதும் அவர் மக்களுடன் தான் இருந்தார். வேட்டியைத் தூக்கிக் கட்டியபடி சாலைகளிலும் ஊடுவழிகளிலும் நடப்பார். திருவிழாக்களில் அமர்ந்திருப்பார். டீக்கடை பெஞ்சுகளில் அமர்ந்திருப்பார். எந்தவித தடையும் இல்லாமல் மக்கள் அவரிடம் பேசினார்கள். அவர் மக்களிடம் பேசினார். மக்கள் கலைஞன் என்பவன் ஏரியின் மடை போல, ஏரி அவன் வழியாகக் கொட்டுகிறது. அவனுக்குப் பின்னால் ஏரி அலையடித்துக் கொண்டே இருக்கிறது.

நமக்கு ஏன் உப்புச்சுவை பிடித்திருக்கிறது என்றார் லோகி ஒருமுறை. தொன்மையான காலத்தில் மனிதர்கள் உணவை உப்பில் போட்டு கெடாமல் வைத்திருந்தார்கள். அப்போது உப்பு ஒரு சுவையாக நம் நாவில் குடியேறியது. அதேபோன்றே துக்கமும். இந்த மண்ணில் போராடி வாழ்ந்த நம் மூதாதையர் அறிந்தது துயரத்தை மட்டுமே. நமக்கு ருசி பழகிவிட்டது. தங்கத்தட்டில் சாப்பிட்டாலும் கண்ணீரை விரும்புகிறோம். ஏன் என்றால் நாம் மனிதனின் துயரத்திலேயே அவனுடைய எல்லா திறமைகளும் மேன்மைகளும் வெளிப்படுவதைக் காண்கிறோம் என்றார் லோகி. துயரத்தின் உப்பில் ஊறவைத்தவை அவரது கதைகள். மானுட மேன்மையின் ஆவணங்கள் அவை.

4

நீண்ட உரையாடல்

ஜெயமோகன்: திரைப்படத்தை உங்கள் ஊடகமாகக் கொள்ள என்ன காரணம்? எப்படி அந்த ஆர்வம் ஏற்பட்டது?

லோகிததாஸ்: திரைப்படம் என் ஊடகமாக ஆனது மிகவும் பிந்தித்தான். முதன் முதலாய் நான் கண்டுகொண்ட ஊடகம் இலக்கியம். மிகச் சிறிய வயதிலேயே எழுத்துடன் எனக்கு தொடர்பு ஏற்பட்டுவிட்டது. சொல்லப்போனால் வாசிப்பை விடவும் முன்னதாகவே எழுத்து என்னிடம் வந்துவிட்டது.

ஒவ்வொரு குழந்தையும் தன்னை வெளிப்படுத்திக் கொள்ள முனைகிறது. தன் இருப்பை நிறுவிக்கொள்ள முனைகிறது. அதன் இயல்புக்கும் திறமைக்கும் அது வாழும் சூழலுக்கும் ஏற்ப ஒரு வழிமுறையைக் கண்டடைகிறது. இசை, விளையாட்டு, படிப்பு இப்படி நான் கண்டடைந்தது எழுத்தை. மிகச் சிறிய வயதிலேயே என் துக்கங்களையும் கண்ணீரையும் எழுதும்போது எனக்கு ஒரு அபூர்வமான வலிமை உருவாவதைக் கண்டுகொண்டேன். எழுதும் போது அந்த துக்கங்களை நான் வெல்வதுபோல... அவை என்னைத் தொடமுடியாது விலகுவது போல...

ஜெயமோகன்: உங்கள் இளமைப்பருவம் துயரம் மிக்கது என்று தெரியும்.

லோகிததாஸ்: ஆமாம்... சிறு வயதிலேயே தந்தை எங்களை விட்டுப் போனார். பசித்து அனாதையாக வளர்ந்தேன். உறவினர் வீடுகள் தோறும் மாறிமாறி தங்கி வாழ்ந்தேன். அப்போது எனக்கு எழுத்து பெரும் துணையாக இருந்தது. அடிப்படையில் நான் இலக்கியவாதி.

இலக்கியம்தான் என் ஊடகம். என் இலக்கியத்திற்கு ஊடகமாக சினிமா உள்ளது.

அதே சமயம் எனக்கு வெறும் எழுத்தும் போதுமானதாக இருக்கவில்லை. எனக்கு நடிப்பில் ஆர்வம் இருந்தது. நான் எழுதுபவற்றையெல்லாம் இயல்பாகவே மனதுக்குள் நடித்துக்கொண்டிருந்தேன். மெல்ல நான் நடிப்பதற்குரியவகையில் எழுத ஆரம்பித்தேன். அவை நாடக வடிவுக்குப் பொருத்தமாக ஆயின. என் பதினெட்டு வயதில் முதல் நாடகத்தை எழுதினேன். இருபத்திரெண்டு வயதுக்குள் கேரளம் முழுக்க கவனிக்கப்பட்ட நாடக ஆசிரியரானேன். முதல் நாடகம் 'சிந்து சாந்தமாய் ஒழுகுந்நு'. அதன் பின்னர் திரைக்கதை எழுத வாய்ப்பு வந்தது.

1985இல் என் முதல் படம் 'தனியாவர்த்தனம்' வெளிவந்தது. சிபிமலை யில் இயக்குநர். அது நாடகமாக என் மனதுக்குள் உருக்கொண்ட கரு. நான் நாடகத்தை ஒரு அடிப்படைக் கலையாகக் கருதுகிறேன். இலக்கியத்தை விடவும் ஏன் மொழியையிடவும் புராதனமான கலை நடிப்பு... எல்லா உயிர்களும் நடிக்கின்றன. நடிப்பு மிக மிக அடிப்படை யான ஒரு விஷயம்...

ஜெயமோகன்: ஆமாம். 'காட்ஸ் மஸ்ட் பி கிரேஸி' படத்தில் புஷ்மேன் வகை மனிதர்கள் கூட தங்கள் வேட்டை அனுபவங்களை நடித்துக் காண்பிக்கும் காட்சி இருந்தது. அவர்கள் மொழி இன்றும் மொழியாக ஆகாத வெறும் ஒலிதான்...

லோகிததாஸ்: எல்லாரும் நடிகர்கள்தான். வாயால் பேசுவதுபோல் நாம் ஒவ்வொரு கணமும் உடலாலும் பேசிக்கொண்டே இருக்கிறோம். நம் மனத்தில் ஓய்வில்லாமல் நடித்துக் கொண்டிருக்கிறோம். வளர வளர உடல் பற்றிய பிரக்ஞை அதிகமாகிறது. அந்த சுய உணர்வு நடிப்புக்குத் தடையாக ஆகிறது. ஒன்று கவனித்திருக்கிறேன். புத்திசாலிகளைவிட சற்று மந்தமானவர்களை நடிக்க வைப்பது எளிது. இளம் வயதில் நடிப்பார்வம் அனைவரிடமும் இயல்பாக இருக்கிறது. குறிப்பாக பதின் பருவத்தினர் மிகத் தீவிரமாக உணர்ச்சிகளை வெளிப்படுத்துவார்கள்.

ஜெயமோகன்: நாடகத்துக்கும் இலக்கியத்திற்குமான உறவு என்ன?

லோகிததாஸ்: நடிக்கப்படும் இலக்கியமே நாடகம். ஏதோ ஒரு காலத்தில் நடிப்பும் இலக்கியமும் ஒன்றாகவே இருந்திருக்க வேண்டும்.

ஜெயமோகன்: மீரா கதிரவன் மொழி பெயர்த்த 'பெருவழியம்பலம்' (பி.பத்மராஜன்) திரைக்கதைக்கான முன்னுரையில் பாலுமகேந்திரா ஒரு விஷயம் கூறுகிறார்: திரைக்கதை என்பது ஓர் இலக்கிய வடிவம்

அல்ல, அது வாசிப்புக்கு உரியதல்ல. இயக்குநருக்கான குறிப்புகள் மட்டும்தான் என்று...

லோகிததாஸ்: அது ஒரு கோணம். நான் வாதாட விரும்பவில்லை. நான் கூறுவது என் கோணத்தை, என் வாசிப்பு மூலமும் படைப்பனுபவம் மூலமும் கிடைத்த அறிதலை. திரைக்கதை கண்டிப்பாக ஓர் இலக்கிய வடிவமே. வளர்ந்து வரும் இலக்கிய வடிவம் அது. திரைக்கதை இலக்கியமல்ல என்றால் நாடகமும் இலக்கியமில்லை அல்லவா? ஷேக்ஸ்பியர் படிப்பதற்காக எழுதவில்லை, நடிப்பதற்காகத்தானே எழுதினார். இசைப்பாடல்கள் (கீர்த்தனை) பாடப்படுவதற்காக எழுதப்படுகின்றன. அவையும் இலக்கியங்கள்தானே? இலக்கியம்தான் அடிப்படை.

ஜெயமோகன்: எனக்கு மிகப் பிடித்தமான இயக்குநர் இங்மர் பர்க்மான். அவரது 'Seventh Seal' (ஏழாவது முத்திரை) திரைக்கதை மொழி சார்ந்தது அல்ல; காட்சிப் படிமங்களால் ஆனது. ஆனால் அதைப் படிக்கும்போது இலக்கியமாகவே அனுபவமாகிறது. நம் கற்பனையில் உண்மையில் அந்தப் படிமத்தையும்விட மகத்தான சினிமா ஒன்று விரிகிறது.

லோகிததாஸ்: மனதால் நடித்து அகக்கண்ணால் கண்டு விரிவடையச் செய்ய முடிகிறது என்பதாலேயே நாடகம் மிகச்சிறந்த கலையாக ஆகிறது. நம் கண்முன் மனிதர்கள் வருகிறார்கள். வாழ்க்கையை நாம் நேரடியாகப் பார்க்கிறோம். திரைக்கதையும் அப்படித்தான்.

ஜெயமோகன்: ஆனால் திரைக்கதை சினிமா ஊடகத்தின் தேவைக்கு உட்பட்டே இயங்க முடியும். அந்த எல்லைகள் அதற்குத் தடைதானே?

லோகிததாஸ்: சரி, நாடகத்திற்கு அதன் வெளி (Space) பெரிய எல்லை தானே? அது ஒரு சதுரத்திற்குள் நடந்தாக வேண்டுமே? ஆனால் மிகப் பெரிய நாடகாசிரியர்கள் அந்த இயல்பையே அந்த வடிவத்தின் பலமாக மாற்றிக்கொண்டார்கள். ஒரு இடத்தில், ஒரு புள்ளியில் வாழ்வின் அனைத்து முரண்பாடுகளும் வந்துமோதித் துடிக்கும்படி செய்தார்கள். 'நாடகாந்தம் கவித்துவம்' என்ற சொல்லாட்சி உருவானதே.

அதே போன்றதே திரைக்கதை. திரைக்கதை அனைத்தையும் காட்டியாக வேண்டும். அது யோசிக்க முடியாது. அது தியானிக்க முடியாது. அது 'காட்ட' வேண்டும். அதுவே அதன் பலம். வாழ்க்கையின் முரண்களை, புதிர்களை, துக்கங்களை, சந்தோஷங்களை மிகச் சிறந்த திரைக்கதையாசிரியர்கள் காட்டியிருக்கிறார்கள். திரைக்கதை எப்படி இலக்கியமாக ஆகிறது தெரியுமா? நாம் வாசிக்கும்போது நமது கற்பனையில்தான் அனைத்தும் நிகழ்கின்றன என்பதனால்தான்.

ஜெயமோகன்: இங்கே வரும் இந்த முரண்பாட்டுக்குக் காரணம் இதுதான். மலையாளத்தில் ஆரம்ப காலம் முதல் எழுத்தாளர்கள்தான் திரைக்கதை எழுதினார்கள்... ஆரம்பகாலப் படமான 'நீலக்குயில்'க்கு உறூப் எழுதினார். தகழி சிவசங்கரப் பிள்ளை, வைக்கம் முகமது பஷீர், எஸ்.கே.பொற்றெகாட், பாறப்புறத்து மத்தாயி, செ.சுரேந்திரன் என்று மலையாள சினிமாவின் இயல்பை முதல்தரப் படைப்பாளிகள்தான் தீர்மானித்தார்கள்.

லோகிததாஸ்: கவனியுங்கள், இவர்கள் சினிமாவை மொழியை நோக்கி கொண்டு செல்லவில்லை. அதை ஒரு காட்சிக்கலையாக வளர்த் தெடுத்தார்கள். தோப்பில் பாசி, எஸ்.எல்.புரம் சதானந்தன், எம்.டி.வாசு தேவன் நாயர், பி.பத்மராஜன் என்று இன்று வரை அந்த வரிசை நீள்கிறது. பத்மராஜனும் எம்.டி.யும் இலக்கியவாதிகளாக புகழ்பெற்ற பிறகு திரைக் கதை எழுத வந்தார்கள். மிக மிக காட்சித்தன்மை கொண்ட திரைக் கதைகள் அவர்கள் எழுதியவை. இலக்கியப் படைப்புகளாகவும் இன்று அவை அங்கீகாரம் பெற்றுள்ளன. இதேபோல இந்நூற்றாண்டு இலக்கி யத்தை சினிமா போன்ற காட்சிக் கலைகளும் பெரிதும் பாதித்துள்ளன.

ஜெயமோகன்: ஒரு கதைக்கான தொடக்கம் எப்படி வருகிறது?

லோகிததாஸ்: எப்படி ஒரு சிறுகதைக்கு, ஒரு நாவலுக்கு, ஒரு ஓவியத்திற்கு தொடக்கம் வருகிறதோ அப்படி. ஒருபோதும் ஒரு கலைப் படைப்பு யோசித்து திட்டமிட்டு உருவாக்கப்படுவதில்லை என்பதை நீங்கள் அறிவீர்கள். மனதில் ஒரு மின்னல் போல ஒரு தூண்டல் ஏற்படுகிறது. அவ்வளவுதான் சொல்லமுடியும்.

என்னுடைய அனுபவம் இப்படி. அது மழை கறுத்து இருண்டு மூடி நிற்பதைப்போல. இதோ பெய்யும் என்று தோன்றும். சில சமயம் பெய்யாமலேயே போகும். எப்போது, ஏன் பெய்கிறது என்று கூறவே முடியாது. ஒரு கணத்தில் சட்டென்று ஆரம்பித்துவிடுகிறது. முதலில் துளிகள். பிறகு பெருமழை.

ஜெயமோகன்: திரைக்கதையின் தொடக்கம் எப்போதும் ஒரு கதாபாத்திரம்தான் என்று கூறப்படுவது உண்டு.

லோகிததாஸ்: கண்டிப்பாக, அது முக்கியம்தான். ஒரு நாடகம் அல்லது திரைக்கதை என்பது வாழ்க்கையின் ஒரு பகுதி. யாருடைய வாழ்க்கை என்ற கேள்வி உடனே முளைத்துவிடுகிறது. ஆகவே கதாபாத்திரம் என்பது திரைக்கதையின் முக்கியமான தொடக்கப்புள்ளி. அதே சமயம் ஒரு முரண்பாட்டு முனை, ஒரு அடிப்படையான கேள்விகூட திரைக் கதையின் தொடக்கமாக இருக்க முடியும். 'தனியாவர்த்தனம்', 'கிரீடம்' போன்ற திரைக்கதைகளில் மையக் கதாபாத்திரம்தான் தொடக்கம்.

'பாதேயம்', 'எழுதாப்புரங்கள்' போன்றவற்றுக்கு மைய முரண்தான் தொடக்கம்.

ஜெயமோகன்: எப்போதாவது ஒரு கருத்து அல்லது ஒரு அவதானிப்பு அப்படி தொடக்கமாக அமைந்ததுண்டா?

லோகிததாஸ்: அபூர்வமாக அப்படி அமையலாம். என்னுடைய திரைக்கதைகளில் 'ஜாதகம்' அப்படிப்பட்டது. சோதிட நம்பிக்கை பற்றிய ஒரு விமர்சனம் அது. இன்னொரு விஷயம் உண்டு. ஒரு திரைக் கதை ஏதேனும் வடிவில் தொடங்குவதற்கு வெகுகாலம் முன்பே அதன் விதை நம் மனதுக்குள் விழுந்துவிடுகிறது. அங்கே அது முளைத்து தன் இருப்பைத் தெரிவிக்கிறது. படைப்புக்கான தவிப்பு அல்லது நிம்மதியின்மை அங்கேயே தொடங்கிவிடுகிறது. உண்மையான தொடக்கம் அதுதான்.

உதாரணமாக, நான் இயக்கிய முதல் படமான 'பூதக்கண்ணாடி', சிறுமிகள் பாலியல் பலாத்காரத்திற்கு ஆளாவதைப் பற்றிய செய்தி ஒன்று என் மனதுக்குள் எப்போதோ புகுந்தது. நாட்கணக்கில் அது என்னைத் தொந்தரவு செய்தது. குறிப்பாக ஒரு ஃபோட்டோ. பாலியல் பலாத்காரத்திற்கு உள்ளான ஒரு சிறுமியின் புத்தகப் பையின் படம் அது. புத்தகங்கள் சிதறி, சோற்று டப்பா திறந்து சிந்தி... அந்த அவஸ்தை என்னில் எச்சம் கொண்டபோது நான் கண்டுகொண்டேன், அச்சம் பவத்தை நான் ஒரு தந்தையின் கண்ணால்தான் பார்க்கிறேன் என்று!

அந்தக் கோணத்தை வெளிப்படுத்தும் ஒரு கதாபாத்திரமாக வித்யாதரன் உருவாகி வந்தான். அவனுக்கு சமகால வாழ்க்கையைப் பற்றி பதற்றமும் பயமும் அதிகம். ஆனால் அவன் ஒன்றும் சொல்வதில்லை. மத்திய வர்க்கத்தைச் சேர்ந்த கோழை அவன். ஆகவே அவன் மனம் சிதைகிறது. பிறக்கிறது. அவனுடைய பார்வைகள் வழியாக அந்தப் பிரச்சினையை நான் ஆராய்ந்தேன்.

ஜெயமோகன்: நான் ஒரு நாவல் எழுதினால் முழு வேகத்துடன் அதை எழுதிவிடுவேன். பிறகுதான் அதை என் எடிட்டர்களுடன் விவாதிப்பேன். ஆனால் இங்கே திரைக்கதைகள் கரு நிலையிலேயே விவாதிக்கப்படுகின்றன. படிப்படியாக உருவாக்கப்படுகின்றன.

லோகிததாஸ்: என்னுடைய திரைக்கதைகள் நீங்கள் நாவல் எழுதுவது போலவே உருவாக்கப்படுகின்றன. நான் எப்போதும் விவாதிப்பதைத் தவிர்ப்பவன். எழுதிய பிறகு இயக்குநரிடம், நடிகர்களிடம் விவாதிப் பேன். கதைக்கருவை விவாதித்து உருவாக்கவோ வளர்க்கவோ முடியாது. அது செயற்கையான கதையைத்தான் உருவாக்கும்.

ஜெயமோகன்: எப்போதாவது விவாதித்திருக்கிறீர்களா?

லோகிததாஸ்: ஒரு முறை முயன்று பார்த்தேன். 'விசாரணை' என்ற என் திரைக்கதை ஓர் இடத்தில் முட்டி முன்னகராமல் நின்றுவிட்டது. ஒரு விஷயம் தெரிந்தது. கதை விவாதத்தில் அதுதான் முக்கியமான சிக்கல். நாம் ஒரு கருவைச் சொல்லும்போது அது கேட்பவர்களில் ஒவ்வொருவரின் மனதிலும் ஒவ்வொரு வகையான உணர்வுகளையும் எண்ணங்களையும் உருவாக்குகின்றது. அதன் பிறகு விவாதம் என்பது கண்ணைக் கட்டிக் கொண்டு சண்டை போடுவது போலத்தான். அந்தக் கருவை நான் முழுமையாக உணர்வுரீதியாகவும் கதையளவிலும் விரிவு படுத்தி முன்வைத்தால்தான் என் தரப்பு அவர்களிடம் போய்ச்சேர முடியும். திரைக்கதையின் சில தொழில்நுட்ப அம்சங்களைப் பற்றி மட்டுமே நாம் பிறரிடம் விவாதிக்க முடியும்.

ஜெயமோகன்: ஆனால் இங்கே தமிழில் இன்னும் விவாதம் மூலமே உருவாகிறது.

லோகிததாஸ்: இங்கே சினிமா பல்வேறு கேளிக்கைகளை ஒரு விஷயத் திற்குள் இணைக்க முயல்வதாகவே உள்ளது. திரைக்கதை அவை யனைத்தையும் இணைக்கும் ஓர் அமைப்பு. அதைப் படிப்படியாக விவாதித்து உருவாக்கலாம். அதற்கு சில வழிமுறைகள் உருவாகியும் உள்ளன. கதையின் ஆன்மாவை அப்படி விவாதித்து உருவாக்கிவிட முடியாது. இதில் எனக்கு சந்தேகமே இல்லை. விவாதிக்கிறார்கள் என்று வைப்போம். ஆனால் அவை ஒரே உணர்ச்சியால், ஒரு பார்வை யால் இணைக்கப்பட்டிருக்காது. திரைக்கதையில் ஒருமை இருக்காது.

ஜெயமோகன்: பூதக்கண்ணாடி பற்றி சொன்னீர்கள். அந்தப் படத்தில் அந்தப் படிமம் மிகவும் புகழ்பெற்றது. வாட்ச் ரிப்பேர் பார்க்கும் வித்யாதரன் ஒரு கண்ணில் பூதக்கண்ணாடி அணிந்திருக்கிறான். மறு கண் சாதாரணம். இரு பார்வையும் அவனிடம் உள்ளது. படிமங்களை நீங்கள் எப்படித் தேர்வு செய்கிறீர்கள்.?

லோகிததாஸ்: நான் பொதுவான படிமங்களை தனித்து நிற்கும்படி பயன்படுத்துபவனல்ல. அதில் எனக்கு நம்பிக்கை இல்லை. திரைக் கதையில், காட்சியமைப்பில் வெளியே இருந்து 'செலுத்தப்படும்' படிமங்கள் படைப்பை பலவீனமாக்குகின்றன. பூதக்கண்ணாடி எடுக்க கதை எழுதிக் கொண்டிருந்த நாட்களில் நான் ஒரு முறை ஒரு வாட்ச் ரிப்பேர் கடைக்குள் மழைக்கு ஒதுங்கினேன். அங்கே வாட்ச் ரிப்பேர் செய்பவர் வேலை செய்தபடியே என்னிடம் பேசினார். சட்டென்று அவர் நிமிர்ந்து என்னைப் பார்த்தபோது வியப்பாக இருந்தது. சகஜ

வாழ்வைப் பார்க்கும் ஒரு கண். அதிநுண்ணிய உலகைப் பார்க்கும் இன்னொரு கண். அதுதான் வித்யாதரனின் இயல்பு என்று பட்டது.

அதே சமயம் அந்தப் படிமத்தை நான் திணிக்கவில்லை. வாட்ச் ரிப்பேர் செய்வது வித்யாதரனின் தொழில், அவ்வளவுதான். நீங்கள் மேலதிகக் குறியீட்டு அர்த்தங்களை அளிக்காவிட்டால் அது ஒரு தகவல் மட்டுமே. பூதக்கண்ணாடி படத்தில் வித்யாதரன் சாலையில் போகும்போது வழிமறிக்கும் அந்தப் பாம்பு குறியீடாக பெரிதும் விவாதிக்கப்பட்டது. அது வேண்டுமென்றால் காமத்தின் குறியீடு என கொள்ளலாம். வித்யாதரனின் ஒடுக்கப்பட்ட காமத்தை அது குறிக்கிறது எனலாம். ஆனால் அப்படி பொருள் தராதவர்களைப் பொறுத்தமட்டில் அது சாதாரணமான பாம்பு. அவனுடைய பயங்கொள்ளித் தனத்தைக் காட்டுவதற்காக உருவாக்கப்பட்டிருக்கும் ஒரு கதாபாத்திரம். ஒரு சினிமாவில் எல்லாமே குறியீடுதான். ஆகவே குறியீடாக தனியாக ஏதும் இருக்கக்கூடாது.

ஜெயமோகன்: ஏன்?

லோகிததாஸ்: ஏனெனில் காட்சிக் கலை என்பது நேரடியாக மனதை பாதிக்கும் ஊடகம். சிந்தனையை பாதித்து அதன் வழியாக மனதை பாதிப்பதல்ல அது. மனதைக் கவர்ந்து அதன் வழியாக சிந்தனையை பாதிப்பது. எந்த காட்சிக்கலையானாலும் அது நம் கண்ணையும் கருத்தையும் கவர்கிறது. நம்மை அதில் ஆழ்ந்து போக வைக்கிறது. ஆகவேதான் காட்சிக்கலை என்பது எல்லா காலத்திலும் எளிய மக்களின் ஊடகமாக இருந்து வந்துள்ளது. அது தேர்வு செய்யப்பட்ட சிறுபான்மையினருக்கு உரியதல்ல. அறிஞர்களுக்கும் பயிற்சி உடைய வர்களுக்கும் உரியதல்ல. காட்சிக்கலையில் அம்மாதிரி செயற்கையான படிமங்களைப் புகுத்தினால் அனுபவத்தில் ஒருமை சிதறும். அதில் ரசிகன் ஈடுபட முடியாமலாகும்.

நான் யாருக்காக கதை சொல்கிறேன்? சாயங்காலம் வேலை முடிந்து கைகால்களை சேறு போகக் கழுவி மண்வெட்டியைச் சாத்திவிட்டு வந்து அமரும் விவசாயிக்காக. அவனுடைய அறிவுத்திறன் குறைவு என்றோ அவனுடைய ரசனை பழுதுபட்டது என்றோ நான் நம்ப வில்லை. அவனுடைய அற உணர்வு நம் அனைவருடைய அற உணர்வை விடவும் எவ்வளவோ மடங்கு மேலானது. அவனை நம்பி நான் கதை சொல்கிறேன். நான் இன்று வரை தரக்குறைவான எதையும் எழுதியதில்லை. என் படங்கள் அடைந்து வரும் தொடர்வெற்றி அவன் மீது எனக்கு இருக்கும் நம்பிக்கையைத்தான் உறுதிப்படுத்துகிறது.

ஜெயமோகன்: கோடிக்கணக்கான மக்கள் பார்த்து ரசிக்கும் வணிகப் படங்கள்தான் நல்ல படங்களா?

லோகிததாஸ்: இல்லை. நான் என் மதிப்பீடுகளில் ஒன்றைத்தான் சொல்லியிருக்கிறேன். 'வினோதம் + வித்யாப்பியாசம்' (கேளிக்கை, கற்பித்தல்) நம்மை ஈர்த்து தன்னில் ஈடுபட வைக்கவேண்டிய வலிமை கலைக்கு இருந்தாக வேண்டும். இது முதல் தேவை. அடுத்தபடியாக அதற்கு கற்பிக்கும் பண்பு இருக்க வேண்டும். மூளைக்கு கற்பித்தலைச் சொல்லவில்லை, ஆத்மாவுக்கு கற்பித்தலைப் பற்றி சொல்கிறேன்.

நல்ல கலையின் நோக்கமே மனதைப் பண்படுத்துவதுதான். நம்மை ஈர்த்து ஆழமான அனுபவத்தை அளித்து நம்மை மேம்படுத்துவது எதுவோ அதுவே சிறந்த கலை. கலையனுபவம் உருவாவதில்லை. அறிவு சார்ந்த அனுபவம் மட்டுமே உருவாகிறது. அம்மாதிரி பரிசோ தனை முயற்சிகளை நான் குறைகூற மாட்டேன். அதெல்லாம் தேவை தான். பரிசோதனைகள்தான் பல புதிய சாத்தியங்களைத் திறக்கின்றன. ஆனால் கலை ரசிக்கப்படும் விதம் எப்போதும் ஒன்றுதான்.

ஜெயமோகன்: அது என்ன?

லோகிததாஸ்: இந்த நிமிடம் தமிழகம் முழுக்க எத்தனை திரையரங்கு களில் எத்தனை லட்சம் மக்கள் தங்களை மறந்து ஒருவருக்கொருவர் ஒன்றாகி, ஒரே மனதாக அமர்ந்திருக்கிறார்கள். எத்தனை மகத்தான விஷயம் அது. ஒரு நல்ல சினிமா அவனை மன உச்சங்களுக்கு கொண்டு செல்கிறது. அங்கே அவன் நீதியை, அழகை மட்டுமே நாடுகிறான்.

திரையரங்கில் ரசிகனின் மனம் கருணையால் நிரம்பியிருக்கிறது. பெருந் தன்மையால் விரிந்திருக்கிறது. உயர்ந்த விஷயங்களுடன் அவன் சட்டென்று இணைந்து கொள்கிறான். நல்லவர்களுடன் தன்னை அடையாளம் காண்கிறான். சிறிய அநீதியைக்கூட அவன் அங்கே ஏற்ப தில்லை. ஒரு குற்றவாளி தண்டிக்கப்படாமல் விடப்பட்டால் அந்தப் படம் ஓடாது.

கவனியுங்கள், அங்கே வந்து அமர்ந்திருப்பவர்கள் எல்லாரும் யோக்கிய மானவர்கள் அல்ல. அவர்களுள் மோசடிக்காரர்கள், குற்றவாளிகள், கோழைகள் இருக்கலாம். அங்கே அந்த இருளில் அவர்களின் மனங்கள் உருகி, ஒன்றாகி, உச்சம் நோக்கி நகர்கின்றன. அது பெரிய தியானம். சினிமாவை இகழும் அறிவுஜீவிகள் நம் சமூக மனத்திற்கு சினிமா அளிக்கும் இந்தப் பெரும் பங்களிப்பைப் பற்றி அறிவதில்லை.

ஜெயமோகன்: அப்படியானால் சினிமா மீண்டும் மீண்டும் நீதியை, கருணையை, அன்பைப் பற்றித்தானே பேச முடியும்?

லோகிததாஸ்: அதைப்பற்றி மட்டும்தான் பேசவேண்டும். பல நூற்றாண்டுகளாக அதைப் பற்றித்தான் பேசி வந்திருக்கிறது. இனியும்

அதைப் பற்றித்தான் பேசும். ஏனென்றால் நீதியும் கருணையும் அறமும் மனிதனின் அடிப்படை இயல்புகள் அல்ல. மனிதனுக்குள் இருப்பது காமமும் குரோதமும் போகமும் மட்டும்தான். இடைவிடாமல் ஒவ்வொரு கணமும் வலியுறுத்திக் கொண்டிருந்தால் மட்டும்தான் மனிதனின் பண்பாட்டின் அடிப்படைகளான நல்லுணர்வுகள் நிற்க முடியும்.

ஒரு போர் அல்லது பஞ்சம் வந்தால் எத்தனை சீக்கிரம் இந்த உணர்வுகள் அழிந்து, மிருகம் வெளிவருகிறது என்று பாருங்கள். எத்தனை சீக்கிரமாக மனிதனைக் கட்டவிழ்த்துவிட்டுவிட முடிகிறது! ஆகவே கலைஞன் மீண்டும் மீண்டும் அறம், கருணை, அன்பு என்று கூறிக்கொண்டே இருக்கவேண்டியுள்ளது.

இலக்கியமும் நாடகக் கலையும் உருவாக்கும் உலகம் என்பது என்ன? கருணையும் அறமும் மேலோங்கிய ஒரு கற்பனை உலகம். அதை நிஜம் போல அவை நிகழ்த்திக் காட்டுகின்றன. இந்த மூர்க்கமான உலகிலிருந்து மக்களை சில மணி நேரம் அங்கே போய் வாழ வைக்கின்றன. அதன் மூலம் அவனை மகிழ்விக்கின்றன. அவனை இளைப்பாற்றுகின்றன. நம்பிக்கையூட்டுகின்றன.

இப்படிப் பார்க்கும்போது நல்ல சினிமாவுக்கும் மோசமான சினிமாவுக்கும் இடையேயான வேறுபாடு தெளிவாகிறது. நல்ல சினிமா மனிதனுக்குள் அவன் இயல்பில் இல்லாத நல்லுணர்வுகளை உருவாக்க முயல்கிறது. அதற்கு தன் கலையைப் பயன்படுத்துகிறது. அது உருவாக்குவதே தியான நிலை. மாறாக மோசமான சினிமா மனித மனதில் உறையும் இயல்பான மிருக உணர்வுகளைத் தூண்டுகிறது. அது உருவாக்கும் ஈர்ப்பு நேர் எதிரானது. அது தியான நிலையை உருவாக்கு வதில்லை. அது உருவாக்குவது கொந்தளிப்பைத்தான்.

ஜெயமோகன்: இப்படி யோசித்துப் பார்ப்போம்... உங்கள் கோணத்தில் பார்த்தால் உயரிய உணர்வுகளை உருவாக்கும் நோக்கம் கலைக்கு இருக்கவேண்டும். ஏன் இன்னொருவர் இப்படி யோசிக்கக்கூடாது? அவருக்கு அப்படிப்பட்ட நோக்கம் ஏதும் இல்லை. உண்மையை, யதார்த்தத்தை முன்வைப்பது மட்டுமே அவரது படைப்பியக்கத்தின் நோக்கம்...

லோகிததாஸ்: உண்மையும் யதார்த்தமும் பலவிதமானவை. முடிவே இல்லாதவை. அவற்றில் சிலவற்றை மட்டும் தேர்வு செய்து ஒருவர் முன்வைக்கிறார் என்றால் அதன் நோக்கம்தான் அங்கே முக்கியம். உயர்ந்த கலையை உருவாக்க முடியாதவர்களின் சமாதானம் அல்லது சப்பைக்கட்டுதான் இது.

ஜெயமோகன்: நீங்கள் கூறுவதுபோல ஒரு நோக்கம் இருக்கும்போது கலைக்கு ஒருமை உருவாகிறது. ஆனால் ஒருமையை மறுக்கக்கூடிய சிதைவை, முன்வைக்கக்கூடிய கலைப் படைப்புகள் உள்ளன.

லோகிததாஸ்: அத்தகைய படைப்புகளை நான் ஏற்கவில்லை. இலக்கியத்தில் நேர்ந்த சிறு வட்டத்தில் அவை அதிர்வுகளை உருவாக்கலாம். சினிமா போன்ற பெரிய கலைவடிவில் அவை வெறும் சலசலப்பாக மட்டுமே முடியும். கலைஞனின் நோக்கமும் கலைப் படைப்பின் விளைவும் மிக மிக முக்கியமானவை.

ஜெயமோகன்: ஆனாலும் கலைஞர்களில் இருவகை உண்டு. சமன் குலைக்கும் கலைஞர்கள் சால்வதார் டாலி போல, விளாடிமிர் நபக்கோவ் போல, சமன் உருவாக்கும் கலைஞர்கள் டால்ஸ்டாய் போல...

லோகிததாஸ்: சமன் குலைப்பதை ஒரு குறிப்பிட்ட காலகட்டத்தை நோக்கியே செய்ய முடியும். டால்ஸ்டாய் இன்றும் உயிர்வாழ்கிறார். மேலான கலை உருவாக்குவது சமன்தான். ஒரு நல்ல கச்சேரி கேட்டு வெளியே வந்தால் மனம் சட்டென்று கோபப்பட முடியாது. மனம் சாந்தியடைகிறது. இது முன்பே கூறப்பட்ட விஷயம்தான். ரசங்கள் ஒன்பது. பிற அத்தனை ரசங்களும் சரியாக இணைந்தால் உருவாகும் ரசம் கடைசி ரசமான 'சாந்தம்'தான். எல்லா ரசங்களும் அலையடிக்கும் மகாபாரதம் சாந்த ரசத்தை உருவாக்கும் இதிகாசம்.

ஜெயமோகன்: உங்கள் எழுத்தில் மகாபாரதம் உருவாக்கிய பாதிப்பு என்ன?

லோகிததாஸ்: இரு இதிகாசங்களும்தான் என் கற்பனைக்கான அடிப்படை. மகாபாரதத்தில் ஒரு துளி போதும் எனக்கு ஒரு கதையை உருவாக்கமுடியும். மகாபாரதம் கடல். ஆகவே எனக்கு கதைகளுக்குப் பஞ்சமே இல்லை. முன்பு என் கதைகளுக்கு என்ன மூலம் என்ற சர்ச்சை வந்தது. ஒரு கதாபிரசங்கக்காரர் அவரது கதையை நான் திருடி விட்டதாகச் சொல்லி நீதி மன்றம் போனார். நான் நீதிமன்ற மேடையில் நின்று அக்கதையின் மகாபாரத மூலவடிவைச் சொன்னேன்.

ஜெயமோகன்: சரி, ஒரு நேரடியான கேள்வி. நடிகர்களுக்காக நீங்கள் கதை எழுதியதுண்டா?

லோகிததாஸ்: இல்லை. அதே சமயம் கதாபாத்திரங்களுக்கு நடிகர்கள் மனதில் தெரிவது, ஒருவரை உத்தேசித்து எழுதுவது மிகவும் வசதி யானது. ஒன்று படமாக்கும்போது பிரச்சினை இருக்காது. இரண்டாவ தாக ஒரு மனித உடல், ஒரு முகம் நம் முன் தெரிகிறது. அது மிகவும் திட்டவட்டமானது.

ஜெயமோகன்: நீங்கள் ஒரு திரைக்கதையாசிரியர். வெற்றிகரமானவர். எப்போது, ஏன் இயக்குநராக வேண்டுமென்று தோன்றியது?

லோகிததாஸ்: இயக்குநர் ஒரு படத்தின் தலைவர். ஒருங்கிணைப்பாளர். திரைக்கதையாளன் உருவாக்கும் சட்டகத்தை நிரப்புபவர். அந்த இடம் அனைவராலும் விரும்பப்படுவதாகவே இருக்கும். என் திரைக் கதைகளை என் விருப்பப்படி படமாக்க விரும்பினேன்.

ஜெயமோகன்: நீங்கள் அடிப்படையில் ஒரு திரைக்கதையாசிரியர். உங்களால் தொழில் நுட்ப ரீதியாக இயக்குநராக ஏதேனும் சிரமம் இருந்ததா?

லோகிததாஸ்: இயக்குநர் வேலை என்பது அந்த அளவுக்கு தொழில் நுட்ப வேலை அல்ல. அது அதிகமும் நிர்வாக ஒருங்கிணைப்பு சார்ந்த வேலை. பலரிடமிருந்து வேலைகளைப் பெற்றுக்கொள்வது. அதற்கும் மேலாக உள்ள மூன்று விஷயங்கள் நடிப்பை வெளிக்கொணர்வது, காட்சிக் கோணங்களை அமைப்பது, காட்சிகளை வெட்டித் தொகுக்கும் பிரக்ஞையுடன் இருப்பது. இது மூன்றும் திரைக்கதை ஆசிரியனிடமும் இருந்தாக வேண்டும். நல்ல திரைக்கதையாசிரியன் உள்ளூர நல்லநடிகனாக, நல்ல காட்சியமைப்பாளனாக இருப்பான். கதையை வெட்டித் தொகுப்பது எந்த எழுத்தாளனிடமும் இயல்பாக இருக்கும் பிரக்ஞைதான்.

ஜெயமோகன்: திரைக்கதையை வசனத்துடன் சேர்த்து எழுதக் கூடாது என்கிறார்களே. அப்படி எழுதினால் காட்சியமைப்புக்கு இடமில்லாமல் போய்விடும் என்கிறார்களே...

லோகிததாஸ்: அது சரியல்ல. ஒரு சினிமாவில் வசனமும் காட்சியும் ஒன்றையொன்று நிரப்புகின்றன. ஆகவே அதை உருவாக்கும்போதே முழுமையாக எழுதிவிடுவதே நல்லது. அப்போதுதான் சரளமான ஓட்டம் இருக்கும். சிலர் ஒரு கதையோட்டத்தை மட்டும் எழுதிவிட்டு அவ்வப்போது வசனத்தை எழுதுகிறார்கள். அப்போது வசனம் இயல்பாக, திரைக்கதையின் ஒரு பகுதியாக இருக்காது. திரைக்கதை ஒரு இலக்கியப் படைப்பு. இலக்கியமாகவே அது எழுதப்படவேண்டும்.

ஜெயமோகன்: இலக்கியத்தை எடுத்துக் கொண்டால் பல வகையான கதை சொல்லும் முறைகள் உள்ளன. யதார்த்தவாதம், மிகுபுனைவு, ஆவணப்பதிவு என்றெல்லாம் நான் எல்லாவற்றையும் மாறி மாறிப் பயன்படுத்துகிறேன். ஆனால் சினிமாவில் இன்றும் ஒரே கூறு முறைதான். யதார்த்தவாத அணுகுமுறை. சமீபத்தில் ஈரானியப் படங்களைப் பார்க்கும்போது பை சைக்கிள் தீவ்ஸ்இன் அதே

அழகியல்தான் இன்றும் உள்ளது. வெவ்வேறு கூறுமுறைகள் ஏன் இன்னும் சினிமாவில் பிரபலமாகவில்லை?

லோகிததாஸ்: சினிமாவிலும் ஃபாண்டசி, ஆவணமுறை போன்றவை உள்ளன. அவை யதார்த்தவாத கூறுமுறையின் ஒரு பகுதியாகவே உள்ளன. ஏன் என்று யோசித்தால் கிடைக்கும் விடைதான், சினிமா வெகுஜனக் கலை. இங்குள்ள ஒரு சிறிய மாறுதல்கூட மொத்த சமூகத்தில் ஏற்படும் ஒரு உளவியல் மாற்றத்தின் விளைவுதான். சினிமா தன் விருப்பப்படி மாற முடியாது. கூடவே மக்களும் மாறவேண்டும். ஒரு தரப்பு இன்னொன்றை பாதித்து இருவரும் சேர்ந்து மாற வேண்டும்.

இன்று மக்கள் யதார்த்த வாழ்வை சினிமாவில் காண விரும்புகிறார்கள். சொல்லப்போனால் யதார்த்த உணர்வு வலிமை பெற்றே வருகிறது. ஆரம்ப காலத்தில் இருந்த ஃபாண்டசி அம்சம்கூட இன்று சினிமாவில் இல்லை. ஏன் வெகுஜன எழுத்திலும் யதார்த்தவாதம்தானே உள்ளது. மக்கள் தங்கள் வாழ்வைப் போன்ற ஒன்றை திரையில் காணும்போது தான் அதனுடன் ஐக்கியமாகிறார்கள்.

ஜெயமோகன்: உங்கள் இளமைப்பருவம் கேரளத்தில் இடதுசாரி தீவிரவாதம் தோன்றி வீழ்ந்த காலகட்டம். ஏராளமான எழுத்தாளர் களும் கலைஞர்களும் அதன் பாதிப்புக்கு ஆளாகியிருக்கிறார்கள். நீங்கள் அதனால் பாதிப்பு அயைவில்லையா?

லோகிததாஸ்: கட்சி அரசியலில் எனக்கு ஆர்வம் இல்லை. உண்மை யான அரசியலில் ஆர்வம் உண்டு. அது கருத்துகளின், அதிகாரத்தின் அரசியல். அப்படிப்பட்ட அரசியலை ஒரு படத்தில் எழுத திட்டம் உள்ளது. பொதுவாக என் கவனம் எப்படியோ சமூகத்திடம் மோதி அன்னியமாகும் தனிமனிதர்களின் அவலத்திலேயே உள்ளது. இது என் இயல்பு சார்ந்ததாக இருக்கலாம்.

ஜெயமோகன்: நீங்கள் ஏன் ஓர் அரசியல் படம்கூட எடுக்கவில்லை? சொல்லப்போனால் உங்கள் படத்தில் அரசியலே இல்லை.

லோகிததாஸ்: நான் எழுதவிருப்பது அதைப் பற்றித்தான். அந்தக் கால கட்டம் என்னிலும் அழுத்தமான சுவடுகளை விட்டுச் சென்றுள்ளது. அவற்றை என் கோணத்தில் பரிசீலிக்க விரும்புகிறேன்.

ஜெயமோகன்: வணிகப் படங்களைப் பார்ப்பீர்களா?

லோகிததாஸ்: எல்லா நல்ல படங்களையும் பார்ப்பேன். திரைப்படம் என்னுடைய ஊடகம். அதன் மீது எனக்கு மோகம் உண்டு. கலைப்படம், கமர்ஷியல் படம் என்ற பிரிவினையே இல்லை. அது ஒரு காலகட்டத்தில் ஒரு குறிப்பிட்ட நோக்கத்திற்காக உருவாக்கப்பட்டது.

கமர்ஷியல் நோக்குடன் எடுக்கப்படும் படங்களில் பத்துக்கு ஒன்பது படங்கள் தோல்விப்படங்கள்தான். அப்படியானால் எப்படி அவற்றை கமர்ஷியல் படம் என்கிறீர்கள்? கலைப்படங்களுக்கு கமர்ஷியல் நோக்கமே இல்லையா என்ன? இரு வகையிலும் சில மாடல்களையும் ஃபார்முலாக்களையும் வைத்திருக்கிறார்கள். அதையே பெரும்பாலான வர்கள் கடைப்பிடிக்கிறார்கள். கமர்ஷியல் படமென்றால் பாட்டு, சண்டை, கதாநாயகனின் வீரதீர பிரதாபங்கள், கலைப்படமென்றால் இருட்டு, மந்தத்தன்மை.

ஜெயமோகன்: பள்ளிக்கூடத்தில் சினிமாவைக் கற்றுக் கொடுக்க வேண்டும் என்று கூறப்படுகிறதே?

லோகிததாஸ்: கற்றுக்கொடுக்கலாம். ஆனால் முதலில் பள்ளிக்கூடத்தில் கற்பனையைக் கற்றுக் கொடுக்க வேண்டும். எல்லா கலைகளுக்கும் அடிப்படை கற்பனை. இங்கே நம் கல்வியின் பிரச்சினை சினிமாக் கல்வி இல்லாமையோ இசைக்கல்வி இல்லாமையோ அல்ல. கற்பனை இல்லாமைதான். சில சமயம் சிந்திக்கக் கற்றுக் கொடுக்கிறோம். கற்பனை இல்லாதபோது கலைகள் ரசிப்பதற்கான இயல்பே இல்லாமல் போய்விடுகிறது. சினிமாவுக்கு மட்டுமா ரசனை தேவை? இசைக்கு, ஓவியத்திற்கு? நம் கல்வி அமைப்புகளில் கற்றுத் தேறியவர்களில் எத்தனை பேருக்கு அத்தகைய ரசனை உள்ளது?

இங்கே ரசனை உள்ளவர்கள் சுயமாகவே அதை அடைந்தார்கள். தங்கள் உழைப்பால் அதை வளர்த்துக் கொண்டார்கள். இலக்கிய வாசகர்களும் சினிமா ரசிகர்களும் எல்லாம் அப்படித்தான். நமது கல்விமுறையில் கற்பனை இல்லாமலிருப்பதனால் அது உலர்ந்து, வறண்டு காணப்படுகிறது. அதில் கருணைக்கும் கனிவுக்கும் இடமில்லாமல் இருக்கிறது. இதுதான் இன்றுள்ள முக்கியமான பிரச்சினை என்று நான் நினைக்கிறேன்.

ஜெயமோகன்: மலையாள சினிமாவில் உங்களுக்குப் பிடித்த இயக்குநர் யார்? திரைக்கதையாசிரியர்?

லோகிததாஸ்: இயக்குநர் பரதன். அவருடைய இலக்கிய ஞானம் முக்கியமாகக் குறிப்பிட்டாக வேண்டும். இசையிலும் ஓவியத்திலும் ஆர்வமும் பயிற்சியும் உடையவர் அவர். இந்த மூன்று கலைகளையும் தன் சினிமாவில் அவர் இணைத்தார். அவரது படச் சட்டகங்கள் மிகவும் அழகானவை. திரைக்கதையை உள்வாங்குவதில் அவர் மிகவும் நுட்பமானவர்.

திரைக்கதையாசிரியர் பத்மராஜன். இலக்கியவாதியாக அங்கீகாரம் பெற்ற பிறகு சினிமாவுக்கு வந்தார் அவர். மிக இயல்பான

வசனங்களிலும் நுட்பமான யதார்த்த சித்தரிப்பும், வலிமையான கதாபாத்திரங்களும் அவரால் உருவாக்கப்பட்டன. பத்மராஜனின் வசனம் ஒருபோதும் பத்மராஜனுடையதாக இருக்காது. அது அந்தக் கதாபாத்திரம் கூறுவதாகவே இருக்கும். ஒரு முறை என் படத்தைப் பார்த்த பிறகு பத்மராஜன் என்னுடைய கதாபாத்திரங்கள் சொந்த ஆத்மாவால் உரையாடுவதாக கூறினார்.

நானும் 'பஞ்ச்' வசனங்கள் எழுதுவதில்லை. வசனங்களை வைத்து விளையாட மாட்டேன். மிக இயல்பாக கதாபாத்திரங்களை உரையாட விடுவேன். பத்மராஜனின் கதைக்கருக்கள் விசித்திரமானவை. 'ஓர் இடத்தில் ஒரு பயில்வான்' போல. ஒரு ஊருக்கு வரும் பயில்வானின் பிரச்சினைகள். அவற்றை மிக நம்பகமாகவும் சுவாரஸியமாகவும் கூறியிருந்தார். மலையாளத்தில் எனக்குப் பிடித்த படம் அது.

ஜெயமோகன்: பிடித்த நடிகர்?

லோகிததாஸ்: என்னுடைய பல நல்ல கதாபாத்திரங்களை மோகன் லாலும் மம்முட்டியும் செய்திருக்கிறார்கள். மிக மிக வலுவாக நடித்திருக் கிறார்கள். அவர்கள் இந்தியத்திரையின் சிறந்த நடிகர்கள். ஆனால் ஒரு ரசிகனாக மலையாளத்தில் எனக்குப் பிடித்த நடிகர்கள் கோபியும் நெடுமுடி வேணுவும்தான்.

ஜெயமோகன்: திலகன்?

லோகிததாஸ்: மிக நுட்பமான நடிகர். எனது பல கதாபாத்திரங்களை உயிர்கொடுத்துக் கொண்டு வந்தவர். 'ஜாதகம்' படத்தைப் பாருங்கள். அதில் அந்த முதியநாயர் அடிக்கடி தலையை வருடுவார். தலைக்குள் ஒரு எரிமலை புகைவது படத்தில் கடைசியில்தான் வரும். திலகனின் கண்கள் மாறும்விதம் நடிகர்கள் பார்த்துப் படிக்கவேண்டிய விஷயம்.

ஆனால் திலகனுக்கு பல வரையறைகளும் உண்டு. உடல், குரல் என பல எல்லைகள். நெடுமுடியும் கோபியும் அப்படியல்ல. அவர்கள் எங்கும் போகமுடியும். எப்படியும் மாற முடியும். 'மீண்டும் சில வீட்டு காரியங்கள்' படத்தில் நெடுமுடி வேணு முதலில் தோன்றும்போது பின்பக்கம்தான் தெரியும் பாருங்கள், அவர் ஓர் அற்பர் அயோக்கியர் என்று அந்த பின்பக்கமே சொல்லிவிடும்.

ஜெயமோகன்: லோகி மிக மிக உணர்ச்சிகரமான மனிதர். அப்படிப் பட்டவர்கள் குரூரமானவர்களாகவும் சில சமயம் வெளிப்படுவார்கள்.

லோகிததாஸ்: குரூரமாக நான் நடந்து கொண்டதாக எனக்கு நினை வில்லை. சிறு வயதில் நான் குரூரமாக நடத்தப்பட்டதனால் அப்படி இருக்கலாம். இல்லை என் பயம் காரணமாக இருக்கலாம். அதைவிட

முக்கியமாக என் கலை என்னை சுத்திகரிப்பதனால் அது நிகழ்ந் திருக்கலாம்.

ஜெயமோகன்: உங்களுக்கு நடிப்புப் பிரச்சினைகள் உண்டா? கலைஞர்களுக்கு அது இருக்கும்... குரல்கள் கேட்பது, கண்களில் ஒளி தெரிவது, உடல் நடுநடுங்குவது...

லோகிததாஸ்: ரொம்ப உண்டு... ஒரு குறிப்பிட்ட காலகட்டத்தில் மனநோயாளியாகவும் இருந்து சிகிச்சை பெற்றிருக்கிறேன். உணர்ச்சிகள் என் கட்டுக்குள் நிற்காது. நூலகத்தில் படித்துக் கொண்டிருப்பேன். உருக்கமான இடங்களைப் படித்தால் கதறிக் கதறி அழுவேன். சிறிய விஷயத்தில்கூட என்னைக் கட்டுப்படுத்த முடியாது. தூக்கத்தில் பயங்கரமாக அழுவேன். என் அழுகையைக் கேட்டு நானே திடுக்கிட்டு விழித்துக் கொள்வேன்.

ஜெயமோகன்: துளை விழுந்த மூங்கில்தான் பாடும் என்று வயலாரின் வரி ஒன்று உள்ளது.

லோகிததாஸ்: இருக்கலாம். ஆனால் துளை விழுவது என்பது மிகவும் வலி தருவது.

ஜெயமோகன்: மலையாள இலக்கியத்தில் உங்களுக்குப் பிடித்தமான எழுத்தாளர் யார்?

லோகிததாஸ்: பஷீர், மாதவிக்குட்டி, எம்.டி.வாசுதேவன் நாயர்.

ஜெயமோகன்: மூவருமே உங்கள் ஊர்க்காரர்கள், வள்ளுநாடு.

லோகிததாஸ்: கேரளத்தின் கலாசார மையம் அல்லவா அது.

(2003 ஆம் வருடம் லீனா மனிமேகலை ஆசிரியத்துவத்தில் வெளிவந்த சினிமா இதழில் வெளிவந்த பேட்டி)

5

லோகித தாஸ்
வாழ்க்கைக்குறிப்பு

லோகித தாஸ் மலையாளத்தின் முக்கியமான திரைக்கதையாசிரியர்களில் ஒருவர். எம்.டி.வாசுதேவன்நாயர், பி.பத்மராஜன் ஆகியோருக்குப் பின் லோகிததாஸ் மலையாளத்தின் மிகச்சிறந்த திரைக்கதையாசிரியர் எனப்படுகிறார். முழுப்பெயர் அம்பழத்தில் கருணாகரன் லோகிததாஸ். 10.5.1955ல் பிறந்தார். 28.6.2009ல் இறந்தார்.

திரிச்சூர் மாவட்டத்தில் உள்ள முரிங்ஙூர் என்ற கிராமத்தில் பிறந்தவர் லோகிததாஸ். எர்ணாகுளம் மகாராஜாஸ் காலேஜில் பட்டப்படிப்பு முடித்தபின் திருவனந்தபுரம் மருத்துவக்கல்லூரியில் ஆய்வக உதவியாளர் படிப்பை முடித்தார். சிறிதுகாலம் அரசு மருத்துவமனை ஊழியராக பணியாற்றினார்.

ஆரம்பத்தில் சிறுகதைகள்தான் லோகி எழுதிவந்தார். மலையாள நாடக ஆசிரியரும் இடதுசாரி தலைவருமான தோப்பில் பாசி நடத்திவந்த கே.பி.ஏ.சி (கேரளா பீப்பிள்ஸ் ஆர்ட் கிளப்)க்காக ஒரு நாடகத்தை 1986ல் லோகிததாஸ் எழுதினார். 'சிந்து அமைதியாக ஓடுகிறது' (சிந்து சாந்தமாய் ஒழுகுந்நு) என்ற அந்நாடகம் பரவலாக கவனிப்பு பெற்றது. அதற்கு மாநில அரசின் சிறந்த நாடகத்துக்கான விருது கிடைத்தது. பிற்பாடு 'கடைசியில் வந்த விருந்தாளி' (அவசானம் வந்த அதிதி) 'கனவு விதைத்தவர்கள்' (ஸ்வப்னம் விதச்சவர்) போன்ற நாடகங்களையும் எழுதினார்.

நாடக நடிகராக இருந்து சினிமாவில் புகழ்பெற்றிருந்த திலகன் லோகித தாஸை சினிமாவுக்குக் கூட்டிவந்தார். சிபி மலையில் இயக்கிய

தனியாவர்த்தனம் லோகிதாஸின் முதல் படம். ஒரு பாரம்பரிய நாயர் குடும்பத்தில் இருந்துவரும் மூடநம்பிக்கைக்குப் பலியாகும் பள்ளி ஆசிரியரைப்பற்றிய அந்தப்படம் மிகப்பரவலான கவனத்தைப்பெற்று லோகிதாஸை பிரபலப்படுத்தியது. 1997ல் பூதக்கண்ணாடி என்ற படத்தை லோகிதாஸ் இயக்கினார். இதுதான் இயக்குநராக அவரது முதல் முயற்சி.

லோகிதாஸின் மனைவி பெயர் சிந்து, ஹரிகிருஷ்ணன், விஜயசங்கர் என்று இரு மகன்கள் இருக்கிறார்கள்.

லோகி கீழ்க்கண்ட திரைப்பட விருதுகளை பெற்றிருக்கிறார்:

திரைக்கதைக்கான கேரள அரசு விருது, தனியாவர்த்தனம் 1987.

நல்ல திரைப்படத்துக்கான கேரள அரசு விருது 1997.

மிகச்சிறந்த அறிமுக இயக்குநர் படத்துக்கான தேசிய விருது, பூதக்கண்ணாடி 1997.

மிகச்சிறந்த திரைக்கதைக்கான ஃபிலிம் கிரிட்டிக்ஸ் அசோசியேஷன் விருதுகள்:

தனியாவர்த்தனம் (1987)

தசரதம் (1989)

கிரீடம் (1990)

பரதம் (1991)

செங்கோல் (1993)

சகோரம் (1994)

சல்லாபம் (1994)

துரவல்கொட்டாரம் (1996)

பூதக்கண்ணாடி (1997)

ஓர்மச்செப்பு (1998)

ஜோக்கர் (1999)

வீண்டும் சில வீட்டுகாரியங்கள் (2000)

கஸ்தூரிமான் (2003)

நிவேத்யம் (2007)

மிகச்சிறந்த திரைப்படத்துக்கான ஃபிலிம் கிரிட்டிக்ஸ் அசோசியேஷன் விருது:

பூதக்கண்ணாடி (1997)

ஜோக்கர் (1999)

கஸ்தூரிமான் (2003)

நிவேத்யம் (2007)

லோகிததாஸ் திரைக்கதை எழுதிய படங்கள்

1987 தனியாவர்த்தனம்

1987 எழுதாப்புறங்கள்

1988 குடும்பபுராணம்

1988 விசாரண

1988 முக்தி

1989 கிரீடம்

1989 ஜாதகம்

1989 தசரதம்

1989 முத்ர

1989 மஹாயானம்

1990 சஸ்நேகம்

1990 மாலயோகம்

1990 ஹிஸ் ஹைனஸ் அப்துல்லா

1990 குட்டேட்டன்

1991 தனம்

1991 பரதம்

1991 அமரம்

1991 கனல்காற்று

1992 வளையம்

1992 கமலதளம்

1992 ஆதாரம்

1992 கௌரவர்

1993 வெங்கலம்

1993 செங்கோல்

1993 வாத்ஸல்யம்

1994 சகோரம்

1994 சாகரம் சாட்சி

1995 ஸாதரம்

1996 சல்லாபம்

1996 தூவல்கொட்டாரம்

1997 பூதக்கண்ணாடி

1997 காருண்யம்

1998 ஓர்மசெப்பு

1998 கன்மதம்

1999 வீண்டும் சில வீட்டுகாரியங்கள்

1999 அரயன்னங்களுடே வீடு

2000 ஜோக்கர்

2001 சூத்ரதாரன்

2003 கஸ்தூரிமான்

2003 சக்ரம்

2006 சக்கரமுத்து

2007 நிவேத்யம்

லோகிததாஸ் இயக்கிய படங்கள்

1997 பூதக்கண்ணாடி

1997 காருண்யம்

1998 ஓர்மச்செப்பு

1998 கன்மதம்

2000 அரயன்னங்களுடே வீடு

2000 ஜோக்கர்

2001 சூத்ரதாரன்

2003 கஸ்தூரிமான்

2003 சக்ரம்

2005 கஸ்தூரிமான் (தமிழ்)

2006 சக்கரமுத்து

2007 நிவேத்யம்

லோகிததாஸ் நடித்த படங்கள்

1992 ஆதாரம்

1999 வீண்டும் சில வீட்டுகாரியங்கள்

2002 ஸ்டோப் வயலன்ஸ்

2005 தி காம்பஸ்

2005 உதயனாணு தாரம்

லோகிததாஸ் தயாரித்த படம்

2005 கஸ்தூரிமான் (தமிழ்)

லோகிததாஸ் பாடல் எழுதிய படங்கள்

2000 ஜோக்கர். பாடல் -'அழகே நீ பாடும்'

2000 ஜோக்கர் - 'செம்மானம் பூத்தே'

2003 கஸ்தூரிமான் - 'ராக்குயில்பாடி

2007 நிவேத்யம் - 'கோலக்குழல் விளி கேட்டுவோ